1990

ముఖచిత్రం :

వి. యస్. ప్రకాష్

ప్రచురణ :

నవరత్న బుక్ సెంటర్

ఏలూరు రోడ్, విజయవాడ–2

వెల : రు. 12-00

ముద్రణ :

విజయశ్రీ ప్రింటర్స్

విజయవాడ - [illegible]

విషయసూచిక

[illegible] ఆఫ్ ది ఆర్కియాలజికల్ సర్వే ఆఫ్ ఇండియా” అను పుస్తకం [illegible] వారే చెబుతారు.

[illegible] పుస్తకం [illegible] యొద్ద సీసం విస్తారించి [illegible] పల్నాటిలోహాకారయందుకు రాగి [illegible] చరిత్ర తెలుపుతూంది. గుత్తికొండ గ్రామాన పూర్వ మొకప్పుడు [illegible] కొండల [illegible] గుర్తు [illegible] వచ్చినది. అంతేగాక, [illegible] పరిశోధనలు చేసి వానిని తీయించిన [illegible] పేరున పిలువబడు చున్నది. [illegible]

పల్నాటిసీమకు రాజధాని గురిజాల. పూర్వమొకప్పుడిచట గురువింద పొదలు ఎక్కువగా నున్నందున దీనిని గురిజాల అన్నారట. గురిజాల కృష్ణా నదీ తీరమునకు దక్షిణమున [illegible] మైళ్ళ దూరమున నున్న నగరం. ఉత్తర పశ్చిమముగా కృష్ణానదీ ప్రవహించుచు డెబ్బయిదుమైళ్ళు పారుతూంది. దక్షిణమున కొండలు [illegible] అరణ్యములు. తూర్పున చిట్టడివులు నాగులేరు. చంద్రవంక [illegible] ఈ ప్రదేశం పల్లము నందుండుటచే పల్లపునాడు, పలనాడని [illegible] చెప్పబడి [illegible] పలనాడు, పల్నాడు నామముల దాల్చి చరిత్రలో వీరపల్నాడుగా [illegible] ఇచటి చంద్రవంకనే చంద్రభాగమనియు చెప్పబడుచున్నది. కాని చంద్రభాగమని ప్రసిద్ధిగాంచిన నదిమాత్ర మిదికాదు. నాగులేరునకు నాగానదియని యింకొక పేరున్నది.

పూర్వమిచ్చట నాగజాతివారు నివసించినందున ఈ ప్రవాహానికి నాగులేరను పేరువచ్చినట్లు జనవదంతి నిర్ధారిస్తున్నది. పల్నాటిసీమ దండకారణ్యంలో ఒక త్రేతాయుగంలో రావణబ్రహ్మ బంధువులు, పరివారంలోని వారైన ఖరదూషణాదులచే పాలింపబడినదని పురాణప్రసిద్ధంగా కలదు. రామాయణ కాలములో మారీచుడు పాలించినచోట వెలిసింది మాచెర్లయని-ఖరుడు పాలించినచోట వెలిసింది. కారెంపూడియని-దూషణుడు పాలించిన చోట వెలిసింది దుర్గయనిగూడా యిచటి జనవాడుకలు వినబడుచున్నవి. నేటి యీ పలనాటిసీమ వెలిసినచోటునందే నాడు విశ్వామిత్ర మహాముని సత్రయాగం చేసినట్లుగ చెప్పబడుతూంది.

ఈ పలనాటిసీమను క్రీస్తుశకం పన్నెండవ శతాబ్దంలో చందవోలునేలు ప్రభువు తన అల్లుడైన అనుగురాజుకు అరణంగ ఈయబడింది

అదృష్టవంతుడు - అనుగురాజు

అది ఉత్తరభారతదేశమందలి బ్రహ్మాంచాలపురం, దానినే జంబనాపురి అనికూడా అంటారు. ఆ రాజ్యానికి పాలకుడు అనుగురాజు కార్తవీర్యార్జునుని సంతతి వాడైనందున హైహయవంశీయుడని తెలుస్తూంది. ఆయన సత్రియ వీర కామేంద్రుడు కార్తవీర్యునిగా అవతరించాడని అంటారు.

అదృష్టదేవత ఎప్పుడూ ఒకచోటనే [illegible]

మానాలు చెప్పు జ్యోతిషశాస్త్రిల నడిగాడు. ఆ బ్రాహ్మణులాయనకు నీపూర్వీకుడైన కార్తవీర్యార్జునుడు చేసిన పాపాలు నిన్ను పట్టి పీడస్తున్నవి. నీవు జీడినూనె బట్టలు ధరించి సకుటుంబముగ తీర్థయాత్రలు చేస్తుండగా నీ మేనిగుడ్డలు తెల్లబడినపుడు నిన్ని పాపా లొదిలిపోతా" యని చెప్పాడు.

అవమానాలకు అనుమానాలకు గురియైన అనుగురాజుకాలోచనలేక "కార్త వీర్యార్జునుడు చేసిన పాపాలు మా వంశంలో యెవరి జోలికిపోకుండ నన్నొక్కనినే యెందుకు పట్టుకున్నవి!" అని అడుగలేక పోయాడు. మంచి రోజు చూచుకుని తీర్థయాత్రలకు బయలుదేరాడు. ఆయనలాగా వచ్చి దక్షిణ భారతదేశంలో అమరావతి యొద్ద కృష్ణలో మునిగినంత వాని జీడీనూనె బట్టలు తెల్లబడినయి. అంతటిలో వానికి చందవోలు పరిచయం కలిగింది చందవోలు నేలు ప్రభువు తన కుమార్తె మైలమదేవిని అనుగురాజునకిచ్చి వివాహంచేసి పలనాటిసీమ పణముగా యిచ్చాడు.

నాడు తొలగిపోయిన అదృష్టము నేడు కలసివచ్చిన అనుగురాజునకిపుడు తాతముత్తాతల నాటి పాపాలు తప్పిపోయినయి. గొప్పవారి చుట్టరికం కూడ వచ్చింది. పాలించుకొన పలనాటిసీమతో పాటు మైలమదేవి పట్టపు రాణిగా లభించింది. ఆయనకిపుడు గురజాల రాజధాని. దొడ్డమనాయుడు మంత్రి అయ్యాడు.

చేతినాయకుడు వెంకటగిరి సంస్థానాధీశ్వరులైన వెలుగోటివారి వంశానికి చెందిన పద్మనాయక వెలమ వంశీయుడు. దేవళ్ళపాడు చేటి నాయకుని కుమారుడు దొడ్డనాయుడు. దొడ్డనాయునకు పాదరాజు, బ్రహ్మనాయుడు, సూరసింగు, పెరిసిద్దు, మల్లిసిదకు వారైదుగురు కుమారులు. వారిలో నాగరాజున పెద్దన్న (సహస) బ్రహ్మనాయుని బ్రహ్మన్నయని కూడా అంటారు

అనుగురాజుకు పట్టపురాణియైన మైలమదేవి తరువాత భూరమాదేవి వీర విద్యాదేవి యనే భార్యలిద్దరున్నారు. అయినా ముగ్గురు దేవేరులవలన కూడా తొందరగా సంతానం కలుగనందున మంత్రి దొడ్డనాయుని కుమారులలో పెద్దవాడైన బాదరాజును దగ్గరకు తీసికొని కన్నకుమారునివలె పెంచాడు. అది చూచిన జనమంతా "బాదరాజు అనుగురాజుకు పెంపుడుకొడుకు" అనుకున్నారు.

కొంతకాలం గడిచింది — రాణుల కడుపులు పండినాయి.

మైలదేవికి నలగామరాజు, భూరమాదేవికి కామిరాజు, నరసింగరాజు, పుట్టిరాజు, పెరుమాళ్ళరాజులను నలుగురు కుమారులు. వీరవిద్యాదేవికి పెదమలిదేవ, చినమలిదేవ, బాలమలిదేవులను ముగ్గురు కుమారులు కలిగారు. ఆ కారణాన అనుగురాజుకు స్త్రీ సంతానం లేకపోయినా పురుష సంతానానికి లోటు లేకపోయింది. వారంతా బాదరాజును పెద్దన్నయని పిలుచుచుండెడివారు. బాదరాజుని కిప్పుడు కంచర్లపురము నేలు కృష్ణగంధర్వుడను క్షత్రియుని కుమార్తె ఐతాంబతో వివాహంచేసి ఒక చిన్న నగరపాలకునిగా నియమించాడు అనుగురాజు.

దొడ్డనాయుడు పెద్దవాడయినందున బ్రహ్మనాయునికే మంత్రి పదవి లభించినది.

క్రొత్త మంత్రిగారి పంపిల బుద్ధి

అనుగురాజుకు పెంపుడు కుమారుడై పలనాటిసీమకు ప్రభువు కాగలిగిన తన్ను పెద్దన్నకూ పెద్దరికం దక్కలేదన్న కొరతచేతనో ఏమోగాని క్రొత్తగా మంత్రిపదవిని ఇచ్చిన బ్రహ్మనాయుని బాదరాజు... [illegible] నిజమైన ప్రేమాభిమానాలు లేకపోయినప్పటికి బ్రహ్మనాయుడు [illegible]

వాడు మంచి మేధావి. మనసులోని యాలోచన మరియొకరికెంత మాత్రమూ పసిగట్టనీయడు రాజకీయ చతురత యందాతనికున్న పాండిత్యం సాటిలేనిది. కడుపులో కాలకూట విషమున్నా పెదవిమీది తేనె పలుకులతో ప్రజలలో పరువు ప్రతిష్ఠలు సంపాదించుకున్నాడు. పల్నాటి శ్రీకృష్ణుడన్న పేరాయనకు ప్రత్యేక గౌరవస్థానం. ఆయనగారి అడుగుజాడల దాటని అభిమాన వర్గం...ఆ వెనుక రహస్యభట వర్గం గూడ యేర్పడింది.

ఒకప్పుడు అనుగురాజు వేటాడ బయలుదేరాడు. ఆయన పరివారంలోనే బ్రహ్మన్న — బ్రహ్మన్న మంత్రి ఆంతరంగిక మిత్రులుకూడా వున్నారు. చాలా సేపు వేటాడిన రాజు అలసిపోయిన సమయం. బ్రహ్మన్నగారిముందుగా నియమింపబడిన వాని అనుయాయు లందొక్కడు యేదియో జంతువును చంపబోయి నట్లుగా అనుగురాజుమీద బాణం నాటాడు. అనుగురాజుకి యెవరిమీద యెటువంటి యనుమానాలు లేనందున జరిగింది నిజంగా ప్రమాదమేనని నమ్మాడు. బ్రహ్మానాయుని చేరబిలిచి "నాకు కాలం తీరిపోయింది. ఇకమీద నా కుమారులు తండ్రి లేని బిడ్డలగుచున్నారు. వారిని నీవే పెంచి, పెద్దవారిని చేసి, వారికి న్యాయం కలిగించ"మని చెప్పి ప్రాణాలు విడిచాడు.

మంత్రిగారి ఆలోచన మంత్రంలా పని చేసింది.

బ్రహ్మన్న యిపుడు రాజ్యానికి సర్వాధికారి అయ్యాడు. ఆయన ప్రజలకే గాకుండ రాజ కుటుంబానికిగూడ దేవుడయ్యాడు. రాజ్యాంగ ధర్మం ననుసరించి తండ్రి పెద్దకొడుకైన నలగామరాజును పట్టం ప్రభువుని చేశారు.

మంత్రిగారిప్పుడు మహాధర్మంగల సంఘ సంస్కర్తయయ్యాడు. పంచములైన మాల, మాదిగ వారల నానాడు పెద్ద కులాలవారు తాకనిచ్చేదివారుకాదు. పంచ

ములు దేవాలయాలలోనికి రారాదనే నిబంధనబుండేది. నిజానికది మంచిపనిగాదు. బ్రహ్మనాయుడాకాలంలో సనాతన మతాన్నెదిరించి పంచములకు దేవాలయ ప్రవేశాధికారం కలిగించాడు. అంతవరకైతే చాల బాగుండేది. దాని చాటున కొన్ని సభ్యతలేని దురాచారాలు విచ్చలవిడిగా జరుగుతున్నాయి. అని నరసింగరాజు మొదలైనవారి గట్టినమ్మకం. నరసింగరాజు నలగామునికి సోదరుడే గాకుండా పలనాటి రాజ్యానికి సర్వసైన్యాధిపతి కూడాను.

బ్రహ్మనాయుడు తన కళిమాన కుమారుడైన మాల కన్నమదాసును దళాధిపతిని చేశాడు. అది నరసింగరాజుకు గిట్టలేదు. మంత్రిగారి నెదిరించడానికి సిద్ధమయ్యాడు. కాని వాని రాజకీయ చతురత ముందు తప్పు తప్పనా నిరూపించి చూపగల శక్తిసామర్థ్యాలు లేక వెనుకాడుతున్నాడు.

పంచమ దేవాలయ ప్రవేశం చాటున మంత్రిగారు చాపకూటి సిద్ధాంతాన్ని ఆచరణలో పెట్టాడు. అన్నం వండి చాపమీద రాశిపోస్తాడు. దాని ప్రక్క పాకాలు గూడ యుంటాయి. ఏ కులమైనాసరే, ఎవరయినాసరే నిరాటంకంగాపోయి రాశి లోని అన్నం చాపమీద కలుపుకుని తిన్నంతతిని పోవాలి. తరువాత వచ్చినవారు మొదటివాడు తినిపోయిన మెతుకులలోనే మరికొంత కలుపుకుని తిని పోతుంటారు ఒకప్పుడు కొందరుగా కూడా యీ చాపమీద తింటుంటారు. దీనివలన కుల మత భేదాలను దూలద్రోస్తున్నామని వారు చెప్పే మహోపన్యాసం.

నిజానికి సర్వమానవ సహపంక్తి భోజనాలంటే ఇవికావు. ఇందువలన సాధింపగల మహోదయ మంటూలేదు. ఇదొక యెంగిలి మంగలమేనని నరసింగ రాజు కోవకు చెందిన గుణవంతుల వాదం. అమాత్యుల వారి యదాచక మంతటితో ఆగినదియు లేదు.

నాయకురాలు నాగమ్మ కథ

నాగులేటి యొడ్డున జిట్టగామాలపాడు. రామిరెడ్డి చౌదరి బీదకుటుంబానికి చెందిన పంటకాపురెడ్డికి సంతానంలేదు. ఒకనాడాయన భూమి దున్నేటందుకు పొలం పోతూండగ బాటప్రక్కన పూపొదలో పాపరోదనం వినపడింది. ఆయ నటు పోయి చూచాడు. చూడ చక్కదనాల పాపాయి కంటపడింది. ఎత్తి ముద్దా డాడు. ఆమెకు సంబంధించిన వారెవరూ లేరని నిర్ణయించుకున్నాక దొరికిన బిడ్డను ఇంటికి తెచ్చి ఇల్లాలిచేతి కిచ్చాడు. ఆమె మురిసిపోయి ముద్దులాడింది.

రామిరెడ్డి చౌదరి తిరిగిపోయి పొలంలో అరక గట్టాడు. వాని వెనుకనెవరో యుండి "నేనుకూడా నీ ఇంటికి వస్తాను. నన్నుగూడ తీసికొనిపో" అన్నట్లు మాటలు వినబడినాయి. ఆయన దిక్కులన్నీ తిరిగిచూచినా యెవరూ కనపడలేదు. మరల యెద్దుల నదిలించాడు. భూమిని దున్ను నాగటి మొనకేదో ఖంగుమని తగిలింది. దానిని పరిశీలించి చూచిన రెడ్డిరైతు నిక్షేపం కనులచూశాడు...చాళ్ళు దున్నే పని చాలించి ఇంటికివచ్చి భార్యతో చెప్పాడు.

ఆ రాత్రికి రైతు దంపతు లొక మేకపోతును తోలుకుని పోయి నిక్షేపం ముందు బలియిచ్చిన తరువాత నమస్కారాలు చేసి చేతికందిన మహాలక్ష్మిని ఇంటికి చేర్చుకున్నారు. బిడ్డవచ్చినవేళ — గొడ్డు వచ్చినవేళ అన్నట్లుగావారింట సిరిసంపదలు చిందులాడినాయి. అన్నట్టు ఆ పాప వానికా పూపొదలోని నాగేంద్రుని పుట్టమీద దొరికినందున వారామెకు "నాగమ్మ" అని నామకరణం చేశారు. నాంగేంద్రాంశం నాగమ్మకు తప్పకుండా వచ్చింది. మేకపోతు సింగారెడ్డిగారు నాగమ్మకు మేనమామలు.

చదువుకునే యీడురాగ తల్లిదండ్రులామెను గోపన్నమంత్రి దగ్గర విద్యాభ్యాసం చేయించారు. సంస్కృతాంధ్ర భాషలలో పండితురాలైంది. రాజకీయంలో ప్రతిభ సంపాదించింది. అశ్వారోహణ గజారోహణలలో ఆరితేరింది. యుద్ధనైపుణ్యంలో నుత్తీర్ణురాలయింది. నాగమ్మకు పోటీ నాగమ్మే ననిపించుకుంది.

నాగమ్మకు పదునెనిమిదవయేట అరవల్లి ఓబులరెడ్డిగారి ఏకైక కుమారుడు సింగారెడ్డిగారితో వివాహం జరిగింది. మహా శ్రీమంతుడు. కాని విధి బలీయమగుట ఆమె పెండ్లినాటి పూలజడ వాడకముందు — నొసటి కుంకుమబొట్టు చెదరకముందే — కంటికాటుక కనుమాయకముందే సింగారెడ్డి చనిపోయాడు. నాగమ్మ పతి నంటని సతి. మరికొన్ని దినాల కత్తమామలుగూడ చనిపోయినందున అత్తవారింట పెత్తనం చేజిక్కింది. అటుమీద తల్లిదండ్రుల అనంతరం పుట్టింటివారి మహా ఐశ్వర్యం కూడ వచ్చి కలిసింది ఆమె యిప్పుడొక జమీందార్ హోదాను జెందిన శ్రీమంతురాలయింది. రాజ కుటుంబముతో పరిచయము గూడ సంపాదించుకుంది.

ఆ రోజులలో బందిపోటు దొంగలమూక లెక్కువగా గ్రామాలమీద పడి దోచుకుంటున్నారు. గ్రామాలకు రక్షణ కావలసివచ్చింది. నాగమ్మ యువజన సంఘాన్ని సమకూర్చుకుని వారికి సాముగరిడీలు పూర్తిగా నేర్పింది అంతేకాకుండా కొంత గజదళం, అశ్వదళం, భటనికాలనుకూడా కాపాడింది. ఆ కారణంగా రెడ్డిగారి నాగమ్మ నాయకురాలు నాగమ్మగా పేరు పొందింది.

ఆమెకు శంకరుడారాధ్యదైవము. ఆమె యిక చేయదగిన పనులేవీ లేవనుకుంది. ధనలోపము జనలోపము లేని సంపన్నులైనందున నగరికి సమీపము

నందున్న ఓ అడవిలో ఆశ్రమము నిర్మించుకొని శివపూజలతో కాలము గడుపు తుంది.

నాగమ్మను ప్రోత్సహించిన నరసింగరాజు

నాగమ్మ తన దినచర్యననుసరించి ఉదయకాల శివపూజాదులు పూర్తి చేసుకుని ఆశ్రమము ముందు చెట్టునీడన కూర్చుంది. ఆమె మనసునందెందుకో గాని గడిచిపోయిన ఒకనాటి రాజకీయ ముఖ్యాంశాలు స్మృతికి వచ్చినై. అంతలోనే వాటిలోకి పోవాలనుకుని మెదడు విరమించింది అనుకొంటుండగానే "నాగమ్మా!" అనే పిలుపు వినబడింది

తలెత్తి చూచింది నాగమ్మ —

"నరసింగరాజుగారా! దయచేసి కూర్చోండి. మహారాజులు సేనాధిపతులు మమ్మల్ని చూడ వచ్చిన కారణము వినసిద్ధముగ నున్నాను" అన్నది

"మీతో కొన్ని రాజ్యాంగ విషయాలు మాటాడాలనే వచ్చాను."

"అభ్యంతరమేముంటుంది? — చెప్పండి.

"మీరు రాజ్యాంగ రంగములో ప్రవేశించాలని మా కోరిక."

నరసింగరాజుగారూ! అది యింక గడిచిపోయి చింతలయ్యింది. మిగిలిన నా శేష జీవితాన్ని భగవత్సేవ వంకితం చేయాలని యీ మూలకువచ్చి కూర్చున్నాను. నన్నెందుకు మళ్ళీ ఆ మహాసంగ్రామము లోనికి యీడ్చుకొని పోతారు.

"ఇది నా కోసముకాదు! ఏ కొందరికోసమంతకంటె కాదు. నేని పలనాటిరాజ్యంలో బ్రహ్మనాయుని నాయకత్వాన అన్యాయాలకు గురయ్యి ఆలమటించి పోతూన్న [illegible]కుణుల మాన మర్యాదలను కాపాడటానికిమాత్రమే. పాడైపోతూన్న పని

తాపురాలను కాపాడి, ఏ పాప [illegible] జాల రాజకోటల్లో మంత్రిత్వ పదవి [illegible] చూడాను."

ఆ మాటకు తిరుగు చెప్పలేక [illegible]

'అదే చెప్తున్నాను. [illegible] ప్రవేశమైతే మాకు గూడ సంతోషమే — [illegible] ఆ పంచమ దేహాలయ ప్రవేశ [illegible] చాటిన అంతరంగమే [illegible] తృప్తి పండుగలాంటి [illegible] నియమాలు చేత [illegible] రము. అదొక [illegible] స్త్రీ పురుష [illegible] భార్యా భర్తలు [illegible] — [illegible]?

[illegible]

అద్దంలో చూస్తుకాదా [illegible] బాలచంద్రుడు బంగారు [illegible] యీ అన్నగార్లు [illegible] మహారాజుగార్లు [illegible] ఊరిముందు చేసి [illegible] పోయి యుంటారు [illegible] లోపల ప్రళయం ఉప్పొంగిందని [illegible]

"నాయుడుగారేమంటున్నారు ?"

ఆయననొక తేనెపూసిన కత్తి. ఈ యనాచారానికి జీవంపోసి పెంచుతున్న మంత్రిగారే. నాయునికి పెమ్మసాని ప్రియురాలు. పెమ్మసాని కొడుకు కన్నముడు. వారీయనకు వరమున బుట్టిన అభిమాన పుత్రుడట. అనగా బ్రహ్మన్న పలనాటి శ్రీకృష్ణుడగు దైవాంశ సంభవుడని, వారి వరప్రభావమున కన్నముడు కలిగెనె, కాని జారుణిసంభవు డెంతమాత్రమును కాడని అమాయకుల మూఢనమ్మకం. బ్రహ్మన్న వాక్ప్రభావంచేతనే పెమ్మసానికి సంతానం కలిగినపుడు ఐతమ్మకు బిడ్డలులేక అంతకాలమన్నినోములు నోచి అంతమంది దేవతల నారాధించుటెందులకని యడిగిన వాడు లేకపోవుట శోచనీయం. కన్నమదాసేగాక చాకలి నందు, పమ్మరి పట్టి మొదలైనవారు కూడ నాయునిగారి అక్రమ సంతానమే. ఆయా స్త్రీల భర్తలలో కొందరు మహామంత్రి నెదిరింపలేక తలలువంచక తప్పడం లేదు మరికొందరు పుక్కిటి పురాణములను నమ్మినందున వారి భార్యల కిట్టి భాగవతోత్తములతో సంతానం కలగడం అదొక ఘనకార్యమని గూడ నమ్మినవారు లేకపోరు.

దీనికి మీరేం చేయదలచుకున్నారు ?

స్త్రీలకు మాన మర్యాదలు దక్కాలంటే, యువకులు వారివారి భార్యలతో కాపురాలు చేయాలంటే, మీరు మా కొలువుల మంత్రిణిగచేరి నాయుడుగారాట కట్టించడమే మొదటిసారిగా జరగవలయు ననుకొనుచున్నాను. దీనికుపాయం కూడ మీరే యోచించాలి— అన్న నరసింగరాజుతో నాగమ్మ సరేనన్నట్లుగ తలాడించి "రెండు మూడు రోజులలో మార్గమాలోచించి మీ దగ్గరకు మనిషిని పంపుతా" నన్నది. సెలవిక పోయివస్తానంటూ నరసింగరాజు లేచి వెళ్ళిపోయాడు.

నిలకడపడతూన్న నలగామరాజు

చేది దేశంనుండి దక్షిణ భారతావనికి వచ్చి, చందవోలు ప్రభువుతో చుట్టరికం చేసి, పలనాటికి పాలకులైన అనుగురాజు కుమారుడు నలగామరాజు. తండ్రి తరువాత తండ్రి రాజ్యానికి రాజయ్యాడు. ఆయనకింకా సవతితల్లుల కుమారులైన తమ్ముళ్లేడ్గురున్నారు. ఈ ప్రాంతంలోనే బాంధవ్యం పెంచుకోవాలనుకున్నాడు.

ఆ కాలాన నిజాం రాజ్యమందలి బీదరుకు ముప్పదయిదు మైళ్ళ దూరాన నున్న కళ్యాణమును పశ్చిమ చాళుక్య వంశపు రాజులు పాలిస్తున్నారు క్రీ.శ. పదివందల సంవత్సరాల తరువాత దేశమంతటా చోళరాజుల పాలన విస్తరించింది. వారిలో ముఖ్యంగా రాజమహేంద్రవరం పాలించిన రాజరాజనరేంద్రాదులు తూర్పు చాళుక్యులైతే కళ్యాణము నేలినవారు పశ్చిమ చాళుక్య వంశీయులు. ఈ కళ్యాణం పాలించిన వారిలో ముగ్గురు సోముల తరువాత నాల్గవ సోమభూపాలునకు మురారి సోమదేవర, వీరబిజ్జల, సోమేశ్వరదేవరలను బిరుదములున్నవి. ఆయన కేడ్గురు కుమారులు ఒక కుమార్తె.

నలగాముడు తన సోదరులలో వీరవిద్యాదేవి పెద్దకుమారుడైన పెద మలిదేవునకు వీరసోముని కుమార్తెను వివాహం చేసుకున్నాడు. అంతే కాకుండా తమ్ముని బావమరుదుల లోనివాడైన కొమ్మరాజు రాజమల్లు అను అలరాజునకు తన ఏకైక కుమార్తె రత్నాల పేరమ్మనిచ్చి పెండ్లిచేసి-ఎప్పటికయిన యిల్లరికంపుటల్లుడేగదాయని అల్లుని-బావనుగూడ తన యొద్దనే యుంచుకున్నాడు.

మలిదేవుని బావమరిది కుమారునికి పిల్లనిచ్చినందున తన తమ్ముడు తన కింక దగ్గర కాగలడని నలగాముని యాలోచన. సవతి తల్లుల కొడుకులనే తేడా కనపడకుండ అన్నదమ్ముల అనురాగం పెరుగుతుందనుకున్నాడు నలగామరాజు. కాని అలా జరగలేదు. జరుగనీయలేదు మహామాత్యులవారు. తాను పంచమ దేవాలయ ప్రవేశాన్ని సాటు బెట్టుకుని చేస్తున్న అరాజకానికి రాజు సుముఖంగ లేడన్న సంగతాయన మొదటనే పసిగట్టాడు. సర్వాధికారైన రాజెప్పుడైన తన ఉద్యమాని కంతరాయం చెప్పవచ్చు. అందుకని ముందాలోచనగల బ్రహ్మనాయుడు కొన్ని కీలకాలు తన గుప్పిట పట్టుకోదలంచాడు. నలగాముడాయన దారికడ్డు తగిలితే, అప్పుడు తానాడవలసిన రాజకీయ చదరంగంలో నుపయోగ పడే పావులులాగా మలి దేవాదులను తీర్చిదిద్దుకున్నాడు.

బ్రహ్మనాయుడు నడిపించే చాపకూటి రుచితో బాటు అవినీతి రుచులు గూడ జీర్ణించుకున్న మలిదేవాదుల కిపుడాయననే మార్గదర్శి. ఆ మాయదారి మైకంలో పడిపోయిన కొమ్మరాజు మొదలైనవారికిగూడ నాయుని యాన నారాయణమూర్తి యాజ్ఞవంటిది. వారెపుడు మలిరాజును వీడి నలగామునివంక చూడడం లేదు.

నిజానికారాజ్యం మైలమదేవి పుట్టింటి వారిచ్చినందున స్త్రీ దనమయింది. మాతామహులిచ్చిన సొత్తుకు మనుమడే సర్వాధికారిగాని వాని సవతితల్లుల పిల్లల కెటువంటి యధికారములేదు. నలగాముడు తన తమ్ములని దయచూడకపోతే మలి దేవాదులకక్కడ నిలువనీడలులేవు. నలగామునకు మగసంతానం లేనందున రత్నాల పేరమ్మ రాజ్యానికి వారసురాలు. పేరమ్మ పేరుమీదుగ కాబోవురాజు అలరాజు. ఆ కారణంగా తండ్రికొడుకులైన కొమ్మరాజు అలరాజులకు నలగామ రాజు మీద నిజమైన ప్రేమాభిమానాలున్నా లేకపోయినా రాజ్యసింహాసనం తమ

[illegible]

చేతికి చిక్కిందాకనైన మహారాజున కనుకూలంగ మసులుకోదగిన వారైకూడ మలిదేవుని పక్షంచేరి బ్రహ్మనాయుని చేతిలో మంత్రించిన మరబొమ్మలు కావడం శోచనీయం.

నలగామునికిది తెలియనిదేమీకాదు. కాని పరిస్థితులు చేదాటి పోయినయి. ఇప్పుడెవరి నేమనడానికి సావకాశాలు లేకపోయాయి. అలరాజెంత పేరమ్మ నాదరింపక పోయినా కూతురుమీది కూర్మితో వియ్యాల వారితో విరోధం పెట్టుకోలేక బోనులోపడ్డ సింహంలా చిక్కుబడిపోయాడు.

నరసింగరాజు నలగామునికి యింకొక సవతితల్లి కుమారుడు అయినప్పటికి కళ్యాణపురం బాంధవ్యరీత్యా మలిదేవుడు వచ్చినంత దగ్గరకు రాలేకపోయాడు. కాకపోయినా ప్రేమంతా అనుగురాజు రక్తం పంచుకొని పుట్టిన అన్నదమ్ముల మన్న అభిమాన మాయనలో మూర్తీభవించింది. అన్నగారి ఆత్మ విచారం అర్థం చేసుకొనిన బుద్ధిమంతుడు కూడను. తమ్ముడుగా, సేనాధిపతిగా, రాజసేవకుడుగా తన జీవితాన్ని సమర్పించిన మహాశయ సంపన్నుడు నరసింగరాజు. నరసింగరాజు లోని న్యాయదక్షత సోదరప్రేమను గూడ అవగాహన చేసుకున్న నలగామున కిపుడీ తమ్ముడే నమ్మదగిన యాత్మీయుడయ్యాడు

నరసింగరాజాడిన నవనాటకము

ఒకనాడు నలగామ భూపతి పరివారాన్ని వెంటబెట్టుకుని వేటాడ బయలు దేరాడు. వారిలో నరసింగరాజు కూడ వున్నాడు. అడవినంతా కలియతిరిగి వేట

డిన రాజపరివారమంతా అలసిపోయింది. అప్పటికి ప్రొద్దు నడిమింటికి వచ్చినందున యెండకూడ తీవ్రమయింది. ఎండలో కష్టపడిన వారికి దాహపీడనము అధికమయింది. ప్రతి మనిషి మంచినీటికై తపించిపోయే సమయంలో నరసింగరాజు "అన్నయ్యా ! నాయకురాలు. నాగమ్మ నివసించే ఆశ్రమం సమీపమునందే యున్నది. మన రాక తెలుసుకుని మనకై వచ్చాక పందిరి వేయించి అల్పాహారము తీయడానికికంటూ ఆహ్వానమంపింది కూడాను మనమిపుడా చలువపందిరిలో విశ్రాంతి తీసుకొనుటయు మంచిదే ననుకుంటాను. మీరేమంటారు?" అన్నాడు.

"అనేదేమున్నది. తమ్ముడూ ! అంతగా పిలిచినపుడు పోకపోవడ మెందుకు? అందులోను నాగమ్మ యనిన నాకు మంచి యభిప్రాయమున్నది. దైవమను గ్రహించినేదేని మేలు జరుగ గలదు. కాకపోయినను మనకిప్పు డవసరములయిన ఒనరులు సమకూడనున్న చోటునకు పోవడమే మంచి"దన్నాడు. నరసెంగరాజు వారందరును వెంటబెట్టుకుని నాగమ్మ ఆశ్రమానికి చేరుకున్నాడు. పోయిన వారందరకక్కడ పందిరి క్రింద నీడ లభించింది. చల్లగాలి వీచుకొన విసనర్రలు దొరికినై, తినడానికి పండ్లు త్రాగడానికి చెఱకురసం సమకూడినవై, నలగాము డంతట నాగమ్మతో "యీనాడు నీవు చేసిన ఈ యుపకారము మరచిపోలేని" దన్నాడు.

"పరోపకారం చేయడంలో నాగమ్మకు పెట్టిన పేరన్నగారూ !" అంటూ అందుకున్న నరసింగరాజు "ఆమె తలచుకుంటె బ్రహ్మనాయుని దురంతాల నంత మొందించి ప్రజాభ్యుదయం ప్రతిపాదించగల సమర్థురా"లన్నాడు.

నాకేదో గొప్పతన మంట [illegible]ట్టుతున్నార[illegible]

“అంటుగట్టితే గొప్పతన మంటుకో[illegible] పరిస్థితులు నీకు తెలిసే యుండవచ్చును. [illegible] పంచము దేవాలయ ప్రవేశోద్యమం చాటిన [illegible] నరసింగరాజు మాట కద్దు వచ్చిన నా[illegible] [illegible] నరసింగరాజు తిరిగి “మీకీ సమయంలో [illegible] తున్న కుళ్ళును కడిగివేస్తేనే కాని—

నిజమే—అని ఆగిపోయింది. నాగమ్మ.

సందేహం దేనికి—అన్నాడు నలగామరాజు

“చూడండి ! రాజపదవి యెంత [illegible] అంత భయంకరమయింది కూడను, ధర్మపాలన [illegible] ప్రజలలో శాంతి భద్రతలు నెలకొల్పడానికి . [illegible] నణచి వేయుట పట్ల ప్రభువు లోకాభిప్రాయమెంత [illegible] వస్తుంది. గురిజాల పాలకుల కవియన్ని తెలియు[illegible] దాననుకూడ” కానన్నది నాగమ్మ.

మీరీ విషయం[illegible] [illegible]

మనవి చేస్తున్నాను మహారాజా ! [illegible] దాననుకాను. కాని, సర్వాధికారులు లోని విషయాన్ని [illegible] ప్రభూ ! మీకూ తెలిసినదే...పదవీవ్యామోహం నాకు [illegible]

పొట్టనింపుకొనడానికి రాజాశ్రయం కోరే పని నాకు లేదు. నాయుడిమీద పంతం నాకంతకన్న యుండదు. ఐతే పంచమ దేవాలయ ప్రవేశమనే మహాశయాన్ని ఆస్కారంగా పెట్టుకొని, ఆ తెరచాటున జరుపుతున్న మంత్రిగారి మహాదారుణాచారాన్ని నిరోధించి ప్రజలందరకు న్యాయం కలిగించే ధ్యేయంతో నేనేది చేసినా ప్రభువులు నా కంతరాయం చెప్పరా !"దని సూటిగ అడిగింది నాగమ్మ.

అందుకే ఎదురు చూస్తున్నా నన్నట్లుగా నలగామరాజు వెంటనే "నాగమ్మా ! నాకు కావలసింది ప్రజాభ్యుదయం పాలనా విధానంలో యెటువంటి పొరపాటులు లేకుండ చక్కగా తీర్చిదిద్దే నీ రాజకీయ వ్యవహారాలకు "నే నే మాత్ర మంతరాయం చెప్పనని పరమేశ్వర పాదసాక్షిగా ప్రమాణం చేస్తున్నా" నన్నాడు.

నాగమ్మ కూడ "ఐతే వినండి ప్రజాభ్యుదయాన్ని ప్రధానాంశంగా పెట్టుకొని, ఎదురైన దుష్టశక్తులను తుడిచిపెట్టడానికి రాజకీయ రంగంలో నేనే తంత్రం పన్నినా-శాసనములు పరచినా నా స్వార్థానికిగాని వ్యక్తిగత ద్వేషాలకుగాని స్థానముండదని నేనూ పరమేశ్వర పాదసాక్షిగ ప్రమాణం చేస్తున్నా" నన్నది.

నరసింగరాజంత లేచి నాగమ్మగారు వెంటనే అమాత్య పదవి స్వీకారం చేయాలంటూ నాటి సమావేశాన్ని ముగింపు చేశాడు.

మహారాజు నెదిరించిన మలిదేవాదులు

నాగమ్మ అడుగుపెట్టిన తోడనే రాజకుటుంబంలో కలహం తలయెత్తింది. బ్రహ్మనాయుని యెదిరించడానికి నాంది నాగమ్మ నిరసించిన పంచమ దేవాలయ ప్రవేశమయింది. దానితో నాయుడుగారికి నెత్తిమీద పిడుగు పడినంత పనయింది. పంచములను దేవాలయ ప్రవేశావకాశం కావాలని నాయుడు, అక్కరలేదని నాగమ్మ చేసిన వాద ప్రతివాదాలు తీవ్రరూపం దాల్చినై, నలగామరాజెటూ మాటాడ లేదు. బ్రహ్మనాయుని కది తలవంపుగా తోచినందున "ఈ కొలువులో నాబాధ్యత నేటితో తీరిపోయిం"దంటూ మంత్రి పదవికి రాజీనామా ఇచ్చి యెవరివంక వెదురు చూడకుండా చరచరా సభనుండి వెళ్ళిపోయాడు.

నాటికి కొలువు ముగిసినది.

మరునాడు మళ్ళీ రాజు కొలువు దీరాడు. బ్రహ్మనాయుడుగూడ సభకు విచ్చేశాడు. కాని తన మామూలు మంత్రిస్థానం విడిచి సామాన్య ప్రజలలో కూర్చున్నాడు. మలిదేవాదులు వారివారి స్థానాల నాక్రమించారు. కొంతసేపటికి బ్రహ్మన్న లేచి, "మహారాజా! మాదొక విన్నపం — మన్నించాలి" అన్నాడు. ఏనాడూ వినబడని యీ క్రొత్తమాటలు సభలోని వారినందరినీ కలవర పరిచినై. నలగామరాజు "మీరు చెప్పేదేమిటి?" అన్నట్లుగా వారివంక చూశాడు.

"నలగామ భూపాలా! మీ తండ్రిగారు చనిపోతూ పసివారైన మిమ్మలను యీ గురిజాల రాజ్య సంరక్షణా భారమును నా చేతులలో పెట్టిన సంగతి మీరీనాటికి మరచిపోయి యుంటారు — అంటే అప్పటికి మీరు చంటివారైనందున — ఆనాటినుండి ఈనాటివరకు నేను రాజకుటుంబం పట్ల చూపిన విశ్వాసాభిమానా లెట్టివో మీకే గాని ప్రజలకుగూడా తెలిసినదే కావచ్చును. ఆ కాలం గడిచి

పోయింది. ఇప్పుడవన్నీ త్రవ్వుకొనుట మప్రస్తుతం కావచ్చును. నీ విపుడు సర్వాధికారివయ్యావు. నరసింగరాజు స్వతంత్రుడయ్యాడు. మలిదేవాదు లింకా మమ్మ నమ్ముకునేయున్నందున వారి మంచి చెడ్డల చూడవలసిన బాధ్యత తీరలేనిది వారి పక్షాన నేనడుగుతున్నాను. అనుగురాజుకు వీర విద్యాదేవియు భార్యయే కనుక సోదర న్యాయంబుగా మలిదేవాదులకు కొంత రాజ్యం పంచి యీయవలసినదిగా కోరుతున్నాను. దాని యాధారంగ నేను వారిని గూడ మీయంత వారిని చేసినాడు. మీ నాన్నగారికిచ్చిన మాట నిలబెట్టుకుంటా"నని కూర్చున్నాడు.

అందుకు సమాధానమీయ వలసిన నలగామరాజు ప్రశాంతముగానే "అమాత్య బ్రహ్మనాయుల వారి యాజ్ఞ మాకవశ్యాచరణీయము, ఐనను రాజ్యాంగ ధర్మ నిర్ణయముల నతిక్రమించి స్వతంత్రించ గల అవకాశముగాని, అధికారముగాని, నాకులేవు. మీరు మాకు తండ్రి యంతటివారు. ఇంతవరకు మేమును తమ మాట కెదురు చెప్పినవారము కామని తెలియని వారెవరునులేరు. మీరనినట్లు నేటికది కొంత మార్పు చెందింది. ప్రభువులు సర్వాధికారులైనను వారికి కొన్ని పరిధులున్నవి. రాజును నైతము శాసించగల ధర్మవాణి ప్రజల ముఖము నుండి వెలువడుతుంది. కావున మీరిపుడు సూచించిన రాజ్య విభాగం పట్ల ప్రజాభిప్రాయము ననుసరించి చేయుట కభ్యంతరము లే"దన్నాడు.

అన్నగారిచ్చిన అవకాశము ననుసరించి లేచిన నరసింగరాజు "రాజసభాసదులకు నమస్కారం. ఇప్పుడిక్కడ నొక ధర్మచర్చ ప్రారంభమయింది. మా సోదరులలోని వారైన మలిదేవాదులకు రాజ్యభాగం కావాలని మహామంత్రుల వారడుగుచున్నారు. అయితే...ఇంతకు ముందు ఎక్కడైనా—ఎవరైనా రాజ్యమును తమ్ములకు పంచియిచ్చిన అన్నలున్నారా! అని నా ప్రశ్న? రాజ్యము పంచుకొన దగినది కాదు—రాజ్యసింహాసనమును చీల్చుటకేనాడును ధర్మశాస్త్ర మంగీకరించి

యుండలేదు. అను జన్మలెంత ప్రయోజకులైనను—ఎందరయినను రాజ గౌరవ వేతనములను పొందుటకే గాక రాజ్యమున పాలు పంచుకొన నర్హులుకారు. అలా పంచుకునే పరిస్థితిలో భూరమాదేవి బిడ్డలమైన మేమును సోదరులమే. మేమున రాజ్యభాగ మడుగుటను నిర్ణయమును లేమ. అమాత్యుల వారన్నట్లుగ మలిదేవాదులు పసివారైనందున తెలియక భాగ మడిగిరేమో. ఇంతకాలము మహామంత్రి పదవి నిర్వహించి—రాజ్యాంగ ధర్మముల సాంగోపాంగముగ నెఱింగి—యితరులకు చెప్పనేర్చిన మహామంత్రి బ్రహ్మనాయుడుగారే ధర్మశాస్త్రము ననుసరించి రాకుమారులకు పాలీయమను చున్నారో మేము వినగోరు చున్నా"మని కూర్చున్నాడు.

ఎప్పుడెప్పుడా యని ఎదురు చూచుచున్న నాగమ్మ లేచి నిలబడింది. "ధర్మము చెప్పగల పెద్దలకు నా విన్నపము. ప్రస్తుత మీ గురిజాల మంత్రి స్థానమున నున్నది నేను. ఇది రాజ్యాంగమునకు సంబంధించిన దగుటచే నేను జోక్యము కలిగించుకొనక తప్పదు. మహారాజా అనుగరాజ నరేంద్రులకు మలిదేవాదులను వివాహమాడిన భార్య యందుదయించిన కుమారులన్నమాట పరమ సత్యం. తండ్రియాస్తిమీద కుమారు లందరకును సమానాధికారములున్న మాటయు న్యాయబద్ధం. అయితే యిది రాజ్యాంగం రాజ్యాంగ విధానంలేదు. రాజ్య సింహాసనాధికార మొక్క పెద్ద కుమారునకేగాక, మిగిలిన సోదరులు రాజగౌరవ వేతనముల పొందుటకు మాత్రమే సంపూర్ణాధికారులై యున్నారు. అటులయ్యును అది యీ గురిజాల రాజకుటుంబానికి మాత్రం సంబంధించుటలేమ. ఏలనన ? — పలనాటిరాజ్యం అనుగురాజు స్వార్జితమైన యెడల కుమారులందరును తండ్రిసొత్తు మీదధికారులే.

దవు- ఇంటికి పెత్తనపుదారివి - ధర్మమూర్తివి మాకు నీవే కావాలి. వేరే రాజ్య మక్కరలేదు. నిన్నే సేవించి మా భ్రాతృభక్తి రాజభక్తిని మేము నిలుపుకుంటా" మంటూ ద్రవ్యనిధి పళ్లెరమునెత్తి నలగాముని ముందుంచి, "మనల నింతకాలం నుండి పెంచి పెద్దవారినిచేసి మన మంచి చెడ్డలు చూచిన బ్రహ్మనాయ మహామాత్యులవారి యాజమాన్యములో మేము నూతన నగర నిర్మాణం చేసికుంటాం" అంటూ ద్రవ్యనిధి పళ్ళెరము నెత్తి నాయుని చేతులలో పెట్టాడు.

మాచర్ల నగర నిర్మాణము

చంద్రవంక నదీతీరాన గురిజాల తూరుక్రోసుల దూరంలో మలిదేవాడులు బ్రహ్మనాయుని యాజమాన్యాన మాచర్ల నగరాన్ని నిర్మించుకున్నారు. దానికి పెదమలిదేవుడురాజు బ్రహ్మనాయుడు మంత్రి కన్నమదాసు సైన్యాధిపతిగల పదవులు స్వీకరించారు. మాచర్లలో నిర్మింపబడిన చెన్నకేశవాలయం ప్రతిష్ఠ బ్రహ్మనాయుడు చేశాడు. దేవాలయం విశాలమయింది- సుందరమయింది నూతన పట్టాభిషేక సందర్భంగా మాచర్ల వారాహ్వానాలు గురిజాల పంపించారు. కాని యెవరూ రాలేదు. మహామాత్యులవారే స్వయంగా కట్నాలు గురిజాల రాజకుటుంబానికందజేశాడు.

కన్నమదాసు మాచర్లవారి సైన్యాన్ని అభివృద్ధి చేస్తున్నాడు.

కల్యాణము నేలు సోమభూపాలునకు మలిదేవుడు అల్లుడు కొమ్మరాజు అలరాజు లాయింటి దాయాదులే, ఇపుడీ మాచర్ల కల్యాణముల రాజులలో స్నేహం కూడ పెరిగింది — కల్యాణము మీదికి పరరాజులు దండెత్తి వచ్చినందున సోముడు మాచర్ల రాజుల సాయం కోరాడు. బ్రహ్మనాయుడు దండులకామోదించి కలిపయ

సేనలతో కళ్యాణం రాజులను తోడిపోయి శివపురం రాజుల నోడించాడు. అంతే కాకుండ యుద్ధానంతరం శివపురంమీద పడి ధ్వంసంచేసి అక్కడున్న శక్తిదేవతా మూర్తులను తరలించుకొని వచ్చి త్రిపురాంతకంలో నిలుపుమన్నాడు. ఆ సమయంలో సైన్యంతోగూడ శ్రీశైలం వచ్చి భ్రమరాంబాదేవికి కుంకుమపూజ మల్లికార్జునస్వామికి సహస్రబిల్వదళార్చన మహాన్యాస పూర్వకంగా చేయించిన తరువాత విజయగర్వంతో తిరిగి వచ్చి మాచర్ల చేరుకున్నాడు

బ్రహ్మనాయుని భార్య ఐతమ్మ ఆమె కుమారుడు బాలచంద్రుడు. నాయుడు గారు తానారాధించే చెన్నకేశవుని పేర బాలచంద్రుని "చెన్నా" అని ముద్దుగ పిలుస్తుంటాడు. బాలుడు మంచి సొగసైనవాడు– చురుకైనవాడు వానిననుసరించిన వారైదుగురున్నారు. వారంతా బాలుని అన్నా అని అంటుంటారు. వారిలో అనపోతను బ్రాహ్మణ బాలుడు ముఖ్యుడు. బాలచంద్రుడా యిల్లెగుంపును వెంట బెట్టుకుని వీధులలో తిరుగాడే యితర పిల్లలను కొడుతుంటాడు-పోవుచున్న బండ్ల చీల లూడ బెరుకుతుంటాడు. ఏమైనాగానీ మహామంత్రిగారి గారాబాల కుమారుడు కనుక వాని నెవరేమీ అనలేరు.

బాలునికి యుక్తప్రాయం వచ్చింది, మేనమామ గండుకన్నమనీడు. ఆయన గారి కుమార్తె మాంచాల. మాంచాల సౌందర్యవతి-విద్యావతి వివేకవతి శీలవతి కూడాను. ఆమెను బాలచంద్రునకిచ్చి వివాహం చేశారు. ఆ పెండ్లి సమయంలో ఓ పెద్ద గొడవ జరిగింది. కన్నమనీడు ఓలికావాలని యడిగాడు. ఐతమ్మ మేమీయమన్నది "నీ పెండ్లినాడు ఓలి యిచ్చారు. మీరన్నివిధాలా బాగున్నారు మనకిది సాంప్రదాయమని" తమ్ముడు చెప్పినా అక్క "ఆ రోజులువేరు- యీ రోజులువేరు

ఏది ఏమైనప్పటికీ [illegible] చెప్పినమాట దానికంగీకరించలేదు ఐతమ్మ ఆనాటి ఆత్మవిశ్వాసం [illegible] ఐదురోజులు పట్టు పట్టింది. కన్నమనీడు [illegible] వచ్చినప్పుడే [illegible] ఓలి ఋయాయ వలసిందే" నన్నాడు.

ఐతే లింగన్న [illegible] ఇంటిమీదకెక్కి బ్రహ్మనాయుని యింటిలోని బంగారప్పు వరహాలను [illegible] కొలపట్టినట్లుగా చేటలతో యెత్తి రాశిపోయించారు. అందులో [illegible] వరహాలంటూ కుప్పబడిన వరహాలలో [illegible] ఓలీ తీసుకున్నాడు, బ్రహ్మనాయునికది క్రొత్త [illegible] ఐయింది. కోడలును కాపురానికి తీసుకురావటానికి [illegible] నాయుడుగారికి అభిప్రాయం లేకపోతే [illegible] లేకలేక కలిగిన ఒక్కగానొక్క కొడుకై [illegible] పెంచాం. కాని వాడిలా వేశ్యాలోలుడై [illegible] చూడకుండా వుంటాడని ఏమనుకోలేదు.

ఏనాటికైనా [illegible] కాపురం [illegible] నాకు కావాలి.

"చూడమ్మా! మీ [illegible] మేనత్తగాని పరాయివారు కారు. మనది రాజ కుటుంబం. [illegible] కన్న వస్త్రాశ్రీయవలసిన పనిలేదు. [illegible] ఇప్పటిలా [illegible] దానికన్నా మెట్టినింట నుండటమే మంచిది. ఎప్పుడైన [illegible] కలగవచ్చు" నని బ్రహ్మనాయుడు [illegible] వారి దాంపత్యం బాగుపడి యుండేది. అలా ఆపదానికి బ్రహ్మనాయుడే ముందుకు రాలేకపోయాడు. తమమాటకాదని ఓలి తీసుకున్నను కన్నమనీని మీద [illegible] ఎటువంటి [illegible] నాయుడుగారే కొడుకు కోడండ్ర మొహమాటమునకు [illegible] అని ప్రజలంతా చాటున చెప్పుకుంటున్నారు.

బాలచంద్రుడంతకుముందె త[illegible] మ[illegible] [illegible]
తూన్న స్వేచ్ఛావిహారి నుచికి లోబడిపోయిన విలాస[illegible]. [illegible]
వానికింత భాగ్యతో పనేమున్నది ? పాపం [illegible]
జీవితం అడవిన గాసిన వెన్నెలలా వ్యర్థమైపోతూంది. [illegible]
దంద్రులా విహారాన్ని పైకి [illegible] మనము నందిం[illegible]
పోతున్నారు.

నాగమ్మ పన్నిన పన్నా[illegible]

నాగమ్మ చారుల నియమించి యెప్పటికప్పుడు [illegible]
కొంటూనే వున్నది. సభదీరిన నలగామరాజు "మాచెర్లలో [illegible]
అడిగాడు నరసింగరాజు లేచి "అన్నా! బ్రహ్మనాయుడు [illegible]
టంకముగా జరుగుతూనే వున్నవి. గురిజాలలో మాయు నాకు [illegible]
మైన యుండెడిది. ఇప్పుడక్కడ వారి నెదిరించే వారేలేరు. [illegible]
మయింది. అసలాదు గాని-ఒక విషంగా బ్రహ్మనాయుని [illegible]
మీరు స్వయంగా [illegible]
రింపచేసిన వారవుతారేమోననిపిస్తుంది" అన్నాడు.

న్యాయమం సహానంగల నలగామరాజు [illegible]
తమ్ముడూ! నా మంచితనం మంచికన్నా చెడునే [illegible]
తప్పదు. బ్రహ్మనాయుడిక్కడ యున్న [illegible]
యితే అలరాజాదులు తిరిగి మన వెంతకు వచ్చి యుండెడివారు. [illegible]

మాంచాలతో కాపురం చేసుకొని యుండెడివాడు. అలరాజు బాలచంద్రులు సంస్కారం పొందలేకపోగా మరింత మోహితులై పోవుచున్నందున మహామంత్రుల వారి వ్యాపారం మారలేదని తెలుస్తూంది. దానిని సరిదిద్దడం మన కర్తవ్య మంటాను. దీన్ని నాగమ్మ గారేమంటారు ?" అన్నాడు.

నాగమ్మ లేచి "ప్రభూ! మాచర్ల మలిదేవాదుల కెంత స్వతంత్ర రాజ్యమైనా దాని నిర్మాణమునకు ద్రవ్యమిచ్చిన మీకు అందలి మంచి చెడ్డలు చూచే అధికారం పోలేదు. ఒకప్పుడు లేకపోవచ్చునుగాక ప్రక్కరాజ్యంబు నందరాజకము ప్రబలినపుడు సాటిరాజు లెవరైనను పాలకుల నెదిరించి ప్రజలకు న్యాయము చేకూర్చుటయు క్షత్రియ ధర్మములందు ప్రధానమై యున్నది. అదియునుగాక-మనకు సంబంధించిన వ్యక్తులక్కడున్నారు. వారిని తప్పించుకొనుట మన కర్తవ్యము. మాచర్లలో జరుగుతూన్న యవినీతిని మాన్పవలయునంటే మలిదేవాదుల చేతిలోని మాచర్లను ముందుగా మనం మనచేత పట్టుకోవాలి."

అదెలా సాధ్యం ?

బ్రహ్మనాయునికి కోడిపందెములన్న మితిలేని ప్రేమ. రేపురానున్న సంక్రాంతి పండుగ సందర్భముగా కోడిపందెముల కాహ్వానించి—పందెమున ఓడించి — మాచర్ల రాజ్యమును మన చేజిక్కించు కొనుటయే చేయదగినదని నా అభిప్రాయం.

నరసింగరాజందుకొని "నాగమ్మ యోచన యుక్తియుక్తముగనే యున్నది. బ్రహ్మనాయునికి కోడిపందెముల భ్రాంతి యన్నమాట నిజమే ఆయనకందు ప్రావీణ్యము కూడ కలదు. పందెమున మనమే గెల్చి వారినోడించగలమను నమ్మక మేమున్నది ! దానివలన ఫలితమేమున్న"దన్నాడు.

నాగమ్మ తిరిగి "అదే రాజ్యాంగ తంత్రం, మన పందెపు పుంజుకు కొలతలు తీసి యినుపకవచం చేయించాలి. దానికి సరిపడిన రంగులు వేయించాలి. నేర్పరు లయిన పనివారలను నియమించి పందెం సమయంలో యితరుల కంటబడకుండా పుంజుకా కవచం తొడిగి-పని పూర్తికాగానే తీయించే యేర్పాటులు చేయించాలి. మహారాజా ! ఇందులో స్వార్థమెంతమాత్రమూలేదు. కుటుంబ కలహం ప్రబలం కాకుండ అశాంతి కార్యక్రమములు తలెత్తకుండ, మాచర్ల రాజ్యపాలనాధికారం మన చేతికి రావడం అవినీతిని హరించడమే ప్రధానములని మనవి చేస్తున్నాను.

అంతేకాదు కోడిపందెంలో మన మోడించేది మాచర్ల పాలకులయిన మలిదేవాదులను మాత్రమే - రాజ్యమోడిపోయిన రాజులు వలస పోక తప్పదు. మన కొమ్మరాజుల రాజులరు వలసపోవలసిన యగత్యముండదు. మలిదేవాదులు తిరిగి వచ్చువరకైనను మీరీ గురిజాల యందుండునని మనము కొమ్మరాజును, అలరాజు నిందుంద నియమింపవచ్చును. ఆ సమయంబున మన పేరమ్మ అలరాజుల దాంపత్యము చక్కబడిన మహానందము కాగల"దని వచింప నలగామరాజు సంతసించాడు.

సంక్రాంతి వెళ్ళిన కనుముపండుగనాడు మేము జరుపబోవుచున్న కోడిపందెములకు రావలసినదంటూ గురిజాలనుండి మాచర్లకు వార్తపోయింది. బ్రహ్మనాయుడందులో ఆరితేరిన చేయి కనుక గురిజాలవారిని తేలికగా యోడించవచ్చును. నాగమ్మ మీద పగదీర్చుకొనవచ్చుననుకొని కోడిపందానికి అంగీకారం తెలిపాడు.

మాచర్లలో ఓడిపోయిన మలిదేవాదులు

మహాసంక్రాంతి వెళ్ళిన మరునాడు కనుమ పండుగ సందర్భముగ కోడి పందెములు వినోద కార్యక్రమములుగ నిర్ణయింపబడినై. తాటాకు పందిళ్ళు వేయబడినై. మంచినీటి చలివేంద్రములమరింపబడినై, చిన్న చిన్న చిరుతిండ్లుండగా

రాల దుకాణాలు గూడ నెలకొల్పబడినాయి. ఇక కల్లు సారా కొట్లమాట చెప్పనవసరముండదు. గురజాల ప్రభువులు మాచర్ల ప్రభువులును కోడిపందెపు క్రీడా రంగం దగ్గరకు చేరుకున్నారు.

బ్రహ్మనాయుని పరివారమంతా ఓటమి నెరుగని పందెగాండ్రమన్న హుంకాతనంతో మత్తుపదార్థాలు సేవించి మైకంలో మునిగున్నారు. నాగమ్మ తన పరివారాన్ని చేరబిలిచి "అతి మెలకువతో పందెం గెలిపించడం మీ వంతు. పారితోషికాల నిప్పించడం నా వంతు. పని ముగిసిన తరువాత మీమీ విలాసాల మీరనుభవించవచ్చును. పనికి ముందు పరాకు పనికిరా"దని హెచ్చరించింది. నమ్మకంగల సుబ్బన్న సూచన ననుసరించి పందెపు పుంజుకు ఇనుప కవచం తొడిగి సమయం వచ్చినదాకా దానిని చాటున దాచుంచాడు.

నిర్ణీతకాలంలో పందెం ప్రారంభమయింది.

తొలి పందెంలో గురిజాలవారు దించిన బెరసజాతి పుంజును మాచర్లవారి కాకి డేగ జాతిపుంజు ఓడించింది. మలిపందెంలో గూడా గురిజాలవారి పందెపు పుంజులను మాచర్లవారి వింజాచెరసజాని పుంజు చంపింది. ఇక మూడవ పందెంలో ఓడిపోయినవారు వారి రాజ్యాన్ని గెలిచిన వారికిచ్చి ఏడేండ్లు వలసపోయేనిర్ణయం చేసుకున్నారు. గురిజాల వారిపుడు సుబ్బన్న దాచియుంచిన పుంజును నేలమీద విడిచిపెట్టారు. మాచర్లవారు మంచి పౌరుషంగల పుంజును విడిచారు. నిజానికి కవచం లేకపోతే నాగమ్మ పుంజెపుడో పడిపోవలసిందే. ఆ కారణంచేత నాయుడు గారి పుంజుకు బాగా శ్రమ కలిగింది. అది చూచిన మలిదేవాదులు "మన పుంజు పందెం విలువ తెలుసుకొని పోరాడుతుంది" అని అనుకొని నవ్వుతున్నారు. కాని నవ్వెంతసేపో నిలువక ముగుక్షణంలోనే వారి పుంజు దెబ్బతిని పడిపోయింది. వారంతా పడిపోయిన పుంజును పరామర్శించే సమయంలో పసుపురుగున కోడి ఎదనున్న కవచమూడదీశాడు.

పందెంలో మాచర్ల రాజులు పరాజయం పొందారు. గురిజాల పరివారంవారు "మాచర్ల దొరలకు మీసాలు లేవు– వారి పుంజులకు రోసాలు లే"వని పాటలు పాడారు. మాచర్ల నగరం నలగాముని వశమయింది. నాగమ్మ 'నరసింగరాజు' నలగామరాజు లెన్నివిధాల చెప్పినా వినకుండా కొమ్మరాజు అలరాజులు మలిదేవాదులతో పాటు వలసపోవడానికే బ్రహ్మనాయుననుసరించారు. మాచర్లదొరలంతా ఏతేశ్వరం చెంత కృష్ణానదిని దాటి మండాది పట్నం చేరుకున్నారు. మండాదికి సమీపంలో ఒక కొండ-ఆ కొండనుండి గ్రామం ప్రక్కగా ప్రవహించే సెలయేరు. ఆ చక్కదనాల సెలయేరు దరులందలి రమణీయ ప్రకృతి జనాకర్షణీయమైంది.

బ్రహ్మనాయుడు తన సమూహామునంతా వెంటబెట్టుకుని దొమ్మర్ల రేవు దగ్గర కృష్ణను దాటి శ్రీశైలంపోయి భ్రమరాంబ సమేత మల్లికార్జున స్వామికి రుద్రాభిషేకములతో సేవలు చేయించిన తరువాత నా సీమను పాలించుచున్న మూకరాజును దర్శించారు. మూకరాజు వారందరను అతిథిమర్యాదలతో గౌరవించాడు. ఆ సమయంలో రాజును బ్రహ్మనాయుడు తన వీరఖడ్గం కుదువబెట్టుకొని కోటి బంగారు నాణెముల రుణమిమ్మని యడిగాడు. కాని–మూకరాజందుల కంగీకరింపక పాలనలోని మార్కాపురం, త్రిపురాంతకం మొదలైన యిరువదిమూడు గ్రామాలను గుత్తకిచ్చాడు. మలిదేవులా సదవకాశాన్ని ఉపయోగించుకొని వీర మేడపిలో కాలం గడుపుతూండగా గడవు యేడుసంవత్సరాలేగాక యింకా ఆరు మాసాలు దాటిపోయినై.

కోడిపందెముల నాటి నిర్ణయం ప్రకారంగా మాచర్లను తిరిగి మాకీయ వలసిందిగా అలరాజును రాయబారమంప నియమించాడు బ్రహ్మన్న. కొమ్మరాజుకా మాట వినడంతోనే గుండె గుభేలుమన్నది. కొడుకును గురిజాల పంపడానికి శంకించిన కొమ్మరాజుతో నాయుడుగారు "బావగారూ! భయపడకండి దూరమాలోచించే మన రాంమల్లును రాయబారిగా నెన్నుకున్నాను.

తరువాత యింటి యల్లుని రాక విని నలగాముడానందించగలడు. కుమార్తె మొగం చూచయినా గురిజాల ప్రభువులు సంధికామోదించెదరను తలంపున నేనీ పనికి పూనుకున్నాను. నీ వనుమానించినట్లు నాగమ్మ మొదలైన వారివలన అలరాజున కపాయము సంభవించునను భీతి నాకులేదు. ఒకవేళ అలాగా జరిగితే నీ కుమారుని ప్రాణాలకు బదులు నా కుమారుని ప్రాణాలిస్తాను, బావా! నీ కొక్కడే కొడుకు-నాకూ ఒక్కడే కొడుకు. కడుపుతీపి నాకు తెలియనిదా!" అన్నాడు.

కొమ్మరాజింక కాదనలేకపోయాడు.

అలరాజు రాయబారిగా గురిజాలకు ప్రయాణమయ్యాడు.

తిరిగి రాలేకపోయిన అలరాజు

అలరాజు రాయబారిగా వచ్చుచున్న వార్త విని నలగామరాజు ఆనందంతో బాటు ఆందోళన పాలయ్యాడు. నరసింగరాజు, నాగమ్మలు సంధి కుదరనీయని మాట సత్యం. అయినా అలరాజు క్షేమంగా తిరిగి వీరమేడపికి చేరకపోతే మనం నిందాస్పదులం కాగలమనే భయంతో తగిన జాగ్రత్తలు తీసుకొనడం మంచిదే. అలరాజుకు నచ్చజెప్పి వానిని మా పక్షం త్రిప్పడానికి గూడా మావారు ప్రయత్నించుచున్నారు. నా యేకైక కుమారి రత్నాలపేరమ్మ యదృష్టమెటులున్నదో" అని అనుకుంటున్నాడు.

అలరాజు క్షేమంగా గురిజాల చేరుకున్నాడు.

రాజమర్యాదలు జరిగినై.

రాజసభ కేతెంచిన అలరాజు "నే నిపుడు రాజకుటుంబ తగాదాలలో రాయబారిగా మాటాడవచ్చినాడనేగాని రాజబంధువుగా మర్యాదలను పొందడానికి మీకును తెలియనిదికాదు. కోడిపందెములనాటి నిర్ణయంలో ప్రకారం

మాచర్లరాజులు ఏడు సంవత్సరాల వలన పూర్తి చేయడం జరిగిపోయింది. ఇక వా
మాచర్లనగరం వొదిలేయవలసినదిగా నాచే రాయబారమంపించారు. ఎదుటి వా
సందేశం మీకు వినిపించాను. తరువాత మీరిచ్చిన సమాధానం వారి కందియడ
నా ధర్మ"మంటూ కూర్చున్నాడు.

నలగామరాజు నాగమ్మవంక చూచాడు.

నాగమ్మ నవ్వింది. "రాజకుమారా! రాయబారిగా నీవు చెప్పిన మాటల
నాకు నచ్చినై. ఆనాటి నిర్ణయమేమిటో నీవుగాని వారుగాని అర్థం చేసుకొనలేద
నేనిపుడనుకుంటున్నాను. "మాచర్ల మీకీయాలి-మీరేడేండ్లు వలసపోవాలి" అ
కదా! అంతే ఏడేండ్ల తరువాత తిరిగి మీ రాజ్యం మీకిస్తామని మేమానాడన లేద
యీనా డిచ్చునదిలేదు. ఇదే మా సమాధాన"మన్నది.

నాగమ్మ చిరునవ్వు నవ్వింది "అలరాజా! చెపుతున్నాను విను. మాచర్ల
మాకు స్వాధీనమయింది. పాతకాలమునాటి పాలకులైన మలిదేవాదులు "మేమిపుడ
పాలకులము కాము–పౌరులముగనే మాచర్ల యందు నివసించుచున్నా" మ
వచ్చును. ముందొకనాటికి మాకించు కొన్ని యధికారములున్నవనియు నెదిరిం
వచ్చును. అట్టి యవకాశము లేమియు లేకుండుటకుగాను మలిదేవాదులకు సంబ
ధించిన వారెవరును మాచర్ల పొలిమేరల యందైన నుండరాదని - వారి కంద
కారము లేదని రుజువు చేయుటకై యేడేండ్లపాటైన మా ప్రాంతములందుం
రాదని వలస చేయమంటిమేకాని తరువాత మాచర్లను తిరిగి మీకిచ్చెదమనికాద
ఓడిపోయినవారు నగర మీడిపోవుట బాగున్నది. ఏడేండ్లు వలస చేశారు బాగున్నది
మాచర్ల మేమీయ నవసరములేదని వారికి చెప్పు"మన్నది.

[illegible] నరవేడ్చుకొమ్మన్నాడు [illegible] నివసించకుండ —

[illegible] లేచాడు అలరాజు.

నరసింగరాజు [illegible] "రాకుమారా! ఇంతవరకూ జరిగింది రాయబార[illegible] అయిపోయింది. ఇక నీవు మా యింటి యల్లుడవుగా నేను చెప్ప[illegible] గూర్చుండుము. ఈ రాజ్యము మీ మామగారి [illegible] వశమై యున్నది. అనుగురాజ [illegible] సింహాసనం నలగాము భూపాలుని [illegible] నరేంద్రులకు మగసంతానం లేనందున [illegible] ఆమె [illegible] నీ రాజ్యమునకు కాబోవు [illegible]

[illegible] నీవు నీ తండ్రితోగూడి గురి[illegible] సరిదిద్దుకొని రాజ్యపాలకుడవు కమ్మని నా [illegible] అన్నాడు.

[illegible] అలరాజు [illegible]కుండగనే "[illegible]పుగడి వినగద రేపటిమాట? [illegible] మాచర్ల ప్రభువులు [illegible]ద్దిదూసి రణరంగం మీద [illegible] సింహాసనానికి కుమురుపాటు లభించు ది? [illegible] వచ్చునంత ముచ్చటలు చెప్పుకుని [illegible] సర్వ సేనా నాయకుల వారి సందేశానికి సమా[illegible] అని బయలుదేరిన అలరాజు నిరపాయ[illegible]గా [illegible] యొద్ద వానిని ఎవరో పొంచియుండి [illegible]పివేశారు.

అలరాజును చంపించిన వాడు నరసింగరాజా? బ్రహ్మనాయుడా?

త్రిపురాంతకము చేరిన మలిదేవాదులు

అలరాజు మరణవార్త విని నలగామరాజు పుట్టెడు దుఃఖంలో మునిగి పోయాడు. విధులు తప్పవు కావున అల్లుని పార్థివదేహం తెప్పించి దహన క్రియలు చేయించే సమయంలో తన ముద్దుల కుమార్తె నాటి సాంప్రదాయాన్ని అనుసరించి సహగమనం చేసింది. నిండుప్రాణాల పేరమ్మ పసిమిశరీరంతో పడి మాడిపోయిన దృశ్యం చూచిన వారందరి హృదయాలు మోషించిపోయినప్పుడు కన్నతండ్రి హృదయమెంతగా అల్లాడిపోయిందో ఊహింపలేము.

రాచమల్లు చనిపోయిన వార్త వీరమేడపికి మూడురోజుల కందింది. కొడుకును కోల్పోయి గోడుగోడున వాపోవు కొమ్మరాజుతో బ్రహ్మన్న బావగారూ! నేననుకున్న దొకటి—అయిన దింకొకటి. ఏకైకపుత్రిక మీది యనురాగమున సంధి కంగీకరించు ననుకొంటినే కాని, పూర్వ బాంధవ్యమును పూర్తిగ తెంపి వేయుటకా నాగమ్మ యింత సాహసాని కొడిగట్టుతుందనిగాని— రక్తసంబంధంగల నరసింహ రాజే యింత పనిచేస్తాడనిగాని నేనూహించలేక పోయాను. నీ కుమారునిప్పుడు పంపరానిచోటుకు పంపించి శత్రువారిచేతుల కప్పగించి ప్రాణాలు తీయించిన పాప కర్ముడను నేనయ్యాను. బావా! నీ కుమారుని చంపించిన ఆ నరసింగుని తల నరికించి నీకు చూపనిదే నేను బ్రహ్మనాయుడనే కాను" అని శపథం చేశాడు.

బాలచంద్రుడు దుందుడుకు వాడైనా కపటం తెలియని యమాయ కుడు. బ్రహ్మన్నగారి మాటలు బూటకమని గ్రహించుకొనలేనందున [illegible] లేచి మామా! అలరాజు వంటి [illegible] నరసింగరాజు తలగొట్టి [illegible] ప్రతిన చేశాడు.

గురిజాల రాజసభలో అలరాజు మరణాన్ని గురించిన విచారణ ప్రారంభమైంది ! నలగాముడా యాలోచన కొనసాగనీయలేదు. "నరసింగరాయ నాగమ్మలారా ! జరిగిన దేదియో నా కర్థమగుతూనే యున్నది. బ్రహ్మనాయుడు సామాన్యుడు కాడు. అలరాజును మాచర్ల మహామంత్రిగారే చంపించినారని నెఱుంగుదును. రాయబారమునకు వచ్చిపోవునపుడు చంపించుటలో వాని యోచనవేరు. అలరాజు నంతమొందించిన హంతకులు మీరిద్దరేనని భావింతుననియు గాన "నా కింత ద్రోహ మొనరించిన మీరు నాకేల నని నాగమ్మను మంత్రి స్థానమునుండి - నరసింగరాజును సైన్యాధిపతి స్థానము నుండి తొలగింతుననియు, తరువాత నేనా బ్రహ్మనాయుని మంత్రిత్వము - కన్నముని సైన్యాధిపత్యముల వహింపుడని ప్రార్థింతు ననియు బ్రహ్మన్న పన్నిన పన్నాగము.

అదిగాక - పూర్వ మొకానొక సమయంబున యీ బ్రహ్మనాయుని అన్న బాదరాయునికి మన అలరాజుకును వాగ్వివాదం జరిగి చివరకు ఒకరి నొకరు చంపుకొనబోవు వరకును వచ్చినది ! అలరాజు రాజబంధువైనందున ముందు యోచనగల బ్రహ్మన్న నాటికా వైరమును యుక్తియుక్తంబుగ శాంతి పరచాడు. అప్పటి నాయుడు అలరాజుమీద పగసాధింపనెంచిన రహస్యము నాకు తెలియును. కాని చెప్పినను తెలిసికొనజాని ఆ ఇంద్రికొడుకులు కసాయివానినే నమ్మి మన మంచితనాన్ని గమనింప లేకపోయారు. అలరాజును చంపే యవకాశ మిపుడా బ్రహ్మనాయునికి దొరికింది.

ఇంత కపటాలోచన కడుపున బెట్టుకుని అలరాజుని రాయబారిగా పంపించినాడా పాతమంత్రి. దీనితో వాని సంకల్పం నెరవేరింది - నింద యింకొకరిమీద పడింది. మలిదేవాదులకు సింహాసనాధికారం కలుగుతుంది. అలరాజును చంపించిన పాపమును నెపంతో మనమీద యుద్ధం ప్రకటించడానికి ఇదియొక పన్నుగడ.

నా మంచితనమున ముందేనాటికైనా నా కుమార్తె జీవితము బాగుపడునను కొంటిని కాని చివరకు నా యింటి దీప మారిపోవునని నేను తలంచలేదు. ఇంత జరిగిన తరువాత యుద్ధానికయినా వెనుకాడుటెందులకు ! కావలసిన పనులు కానీయండి" అన్నాడు బిగువుగల తెగువతనంతో.

నరసింగరాజు, నాగమ్మ లొక్కసారి గట్టిగా గాలిపిల్చి ఒదిలి తేచారు "అమ్మయ్యా !" అంటూ తేలికపడిన గుండెలను చేతితో సవరించుకుంటూ.

వీరమేడపి రాజులు యుద్ధానికి సిద్ధమై కత్తులు దూశారు. ఖండన భూమికి బయలుదేరుతూ వీరమేడపికి మలిదేవులలో చిన్నవాడయిన బాలమలిదేవుని రాజును చేశారు—బాలచంద్రునికి మహామంత్రి స్థానమిచ్చారు. మలుని మంత్రులలోనివాడైన అనపోతునకు కరణీకపు పదవి నిచ్చారు. మాడచి యనుదాసుకి అంతఃపుర పాలనాధికార మొప్పగించిన తరువాత బ్రహ్మనాయుని యాజమాన్యంలో మలిదేవును కతిపయసేనా సమేతంబుగ మంచిరోజు చూచుకొని కదనానికి బయలుదేరిపోయి త్రిపురాంతకం చేరుకున్నారు.

కారెమపూడి చేరిన మలిదేవాదులు

కయ్యానికి కాలుదువ్విన నాయుడుగారు తన మందీమార్బలంతో త్రిపురాంతకం పోయి విజయం కలిగించండి అని వేల్పులను వేడుకున్నాడు. అంతకు పూర్వం శివపురం నుండి తెచ్చి నిల్పిన శక్తుల నారాధించాడు. స్థంబం రూపంలో నున్న ఒక దేవతామూర్తిని పూజించాడు పలురకాల పిండివంటలు, కూరలు, పాయసాలు. అన్నం కుంభం పోయించి, మైసాక్షి సాంబ్రాణి - మంచి గుగ్గిలం పొగలు వేయించి-మేకపోతులను కోసి బలిదానమిచ్చాడు. అన్నీ అయ్యాక ఆ స్థంబాన్ని పెకలించి బండిమీద పెట్టించాడు. ఆ బండివెంట మరికొన్ని బండ్లు బయలుదేరినై.

నాయకు లంతట "అందెల బసవన్న ! అదినాద ! నందుల పిండిగంట ! నాగ

వాస ! గోవులవిటుగాడు ! గోరుబయ్యన్న ! [illegible] ! [illegible] ! విసుడు
గరుత్మంత ! ఏనుగజ ! గోవర్ధనావల గోపాల [illegible] కంఠరవ ! వెల
బాలచంద్ర ! సింహర్ధ ! జయకేతనాశ ! వైకుంఠవాహన ! [illegible] ! పుష్పభూపతి !
పుంజెల్లు పెద్ద ! ఇవ్వగిరీశ ! గోవర్ధనధారి ! [illegible] ! [illegible] బయ్య !
చెన్నమల్లయ్య ! కంచిమేకాండర ! [illegible] ! [illegible] ! [illegible] ! శివా !”
అని పెట్టుకున్న ముద్దుపేరులుగల మదపుటెద్దులను వరుసగా [illegible] బండ్లకుగట్టి
అదిలించారు.

గణగణ గజ్జల మోతలతో ! ఘణఘణ గిట్టల [illegible]తో క్రిష్ణపాంతకం
నుండి ముందుకుసాగిన [illegible] సేన [illegible] పొందిన [illegible]
వేముల ! గుమ్మనంపాడు ! [illegible] పల్లెకు చేరెన్. అక్కడ
బ్రహ్మనాయుడు, మలిదేవుడు, [illegible], [illegible] కున్న
వారంతా వీరశంకణాలు [illegible] [illegible] చోయుకనుక
బహుశ ఆ పల్లెకు కింకణాలపల్లె [illegible] పేరు [illegible]దేమో [illegible] వరులంతా
పైడిపాడు దాటి నందపిక[illegible] చేరకు [illegible]

ఊరటి పడుచుండగ బ్రహ్మనా[illegible] ! [illegible]
కారెమపూడికిపోయి [illegible]
ముగ నున్నదో చూచి [illegible]
పెళ్ళచెరువు [illegible]
అసలే [illegible] కలిసిపోయె [illegible]
ముఖం[illegible] తలపాగ, కోరమీసం. [illegible] వేతిలో [illegible] వస్త్రంవాలకి
అందె [illegible] బాపయ్య [illegible]
డొక్కసారి గట్టిగా [illegible]
పోయినై.

తొరపిోయిన మాంసాలకు ఫలం పట్టుకుంది. అవన్నీ కలసిపోయి ఎరుకల సానితో 'మా దగ్గరకు వచ్చినవాడెవడో సామాన్యునివలె లేడు, మనకాతడు కుడిచేమాటో, ఏమి పనిమీదో పిలుచుకొని రమ్మని చెప్పినవై ఎరుకలసాని విన యంగా కనిపించి బ్రహ్మనాయునితో 'అయ్యా! మీరు ఎవరు? ఏమి పనిమీద మీరిచటకు వచ్చారు.' అని అడిగింది. బ్రహ్మనాయుడామె తాను వచ్చిన పనిచెప్పాడు. భూతా లన్నీ సంతోషించి "బ్రహ్మనాయుడు కోరుకొనిన పని తప్పకవుతుంది" రమ్మనిచెప్పినవై.

ఎన్నడూ ఏ మానవ సంచారము లేని బ్రహ్మనాయుడు అప్పటికప్పుడే కారెమ పూడి స్మశానంలోకి ప్రవేశించాడు. ఎక్కడ చూసినా త్రవ్విన గోతులతో, ఎము కలతో, కాలి కాలని కట్టెలతో, బూడిద కుప్పలతో వికృతంగా వున్నందున నాయుడుగారు మొత్తమంతా కలయ తిరిగాడు. వెనువెంటనే కారుమబ్బులు క్రమ్ము కొనివచ్చి భయంకరంగా వాన కురిసింది. పెద్ద వెల్లువలై పొరల కొట్టుకొని వచ్చిన తల పుర్రె ఒకటి నాయుని కాలికి తగిలి ప్రక్కకు పోయింది. బ్రహ్మనాయుడు తల పుర్రెను చూసి 'ఓ పవిత్ర మహా పుర్రె నీ జాతకమేమిటి?' అని అడిగాడు. అది తలకాయ పుర్రె. కానీ నోరుండి కళ్ళు లేవు. ముక్కు రంధ్రాలు లేవు. పెనుగుంటలలో ప్రడ్డుతేప్పు-నోటిలో నాలుక తెమలుపున సత్యము లేదు. లేకపోయినా దానికి ప్రాణ ముక్కుంగడి-మాట్లాడే శక్తి మాత్రం వుంది.

“ఓ నాటి శ్రీకృష్ణపరమాత్మా! నేను దానవుణ్ణి కాను — దయ్యమునూ కాను. దక్షిణ సముద్రతీరం వాడను. ఉపాంబరము నేలు జలధిసోముడను మానవు డనే ద్వాపర యుగమందు ఆనాడు పూర్వ జన్మ కాలనితో పోరాటము సంభ వించినది. మితిమీరిన శ్రమ వలన ఆ యుద్ధంలో నేను చనిపోయాను. నేడు నీ పాదధూళి తగిలి నాకు నూతన జీవనమైంది. ఇప్పుడు వెల్లువలో గొట్టుకొనివచ్చి నీ కాలికి తగిలినందున నాకు ప్రాణంపెట్టి-మాట్లాడే శక్తి వచ్చినది. నాకు పుణ్య లోక ప్రాప్తియు కలిగింది. నేనింక పోవుచున్నాను. మీకు జయమవుతుం”దంటూ లేచి ఆకాశ మార్గాన వెళ్ళిపోయింది.

భంగపడిన భట్టు రాయబారము

తెలతెలవారు సరికి తిరిగి మళ్ళీ చెఱువు చేరిన బ్రహ్మనాయుడు బ్రాహ్మణులకు దానాలిచ్చి సైన్యంతో కారెమపూడి వచ్చి చేరాడు. ప్రముఖులైన వారందరూ గంగాధర మడుగున స్నానాలుచేసి శివలింగాలను స్థాపనలు గావించి పూజించారు. మనకీనాడు గంగాధర మడుగు తీరాన కనపడే లింగా లానాటివేనని జనవాడుక. బ్రహ్మనాయుడు గారంతట భట్టును రాయబారిగా గురిజాలకు పంపించాడు.

నలగాముడు సభదీరియుండగా భట్టు తన రాయబారం సారాంశమంటూ "మీరు మీ నరసింగరాజును మాకు పట్టిఇచ్చి యీ యుద్ధం జరుగకుండా సంధి చేయడం మంచి"దంటూ వివరించాడు. ఆ మాటలు వింటూనే నలగాముని ఒడలు మండిపోయింది. "మగసిరి గల మానవుడెవడూ తన తమ్ముని పట్టి యీయడని తెలియదా! ఆ పని చేయవలసివస్తే వారు చేయుదురా! మాటాడుటకు మంచి మర్యాద లవసరములు లేవా ?" అన్నాడు గంభీరంగా.

నాగమ్మ అందుకుని "మహారాజా! వంశనాశనానికి దుర్జాతివాడైన జాతి యొకడుంటె యింకా నిప్పెందు" కన్నది వీరవిద్యాదేవి కుమారులను గురించి యెత్తి పొడుస్తూ.

భట్టుకామాట శూలం పోటులా నాటింది. "నలగామా! నీ యల్లుని చంపి నీ కూతురు సహగమనానికి కారకుడైన నలగాముని తలమీద కెక్కించుకుని భగవంతుని వంటి బ్రహ్మనాయుని నిరాకరించడం మంచిది కా"దన్నాడు.

నలగాముడు రోషంగా "అలరాజు చావుకు కారకులెవరో తెలియని మంద మతిని కాను. భట్టూ! ఇక నీ మాటలు చాలించు, సైన్య సమేతంగా సమరభూమికి వచ్చాక సంధి రాయబారమంపిన బ్రహ్మన్నగారి సదభిప్రాయ మర్థమగుచునే

యున్నది. నీతి నిజాయితీకల రాజు లెవరేనియు వివాదాలు సంభవించినపుడు ముందుగా రాయబారమంపి, సంధి కుదరనపుడు యుద్ధమునకు వచ్చుచుంటుమని చెప్పిన తరువాత కదనభూమియందు ప్రవేశించెదరుకాని-ముందుగా వారన్నియు సవరించుకొని వచ్చి యుద్ధరంగమున కూర్చున్న తరువాత ప్రయత్నమున లేని వారిని పోరాడరమ్మనునట్టి పనులు బుద్ధిమంతులు చేయునవి కావు "మేము సమర సన్నాహమున లేము-సమరమాడ రాజాల" మంటిమేని మమ్మవమాన పరచ వలయునని మా బలహీనము నెరింగి మాపై దాడి చేయవలయుననిగదా ?" అని నిశితంగా విమర్శించాడు.

నలగాముని మాటలకెదురు చెప్పలేని భట్టు "రాజా ! బ్రహ్మనాయుని బల మెట్టిదియో నీ వెఱుగనిదికాదు. ఆయనకు దైవసహాయమున్నది. ఇంత గను కనే యుద్ధమందు నపజయము నొందని నాయుని యెదిరించిన సింహములట్లు గర్జనలు చేయుచున్నారు. నీ కధిక సైన్యమున్నదని గర్వించు చుంటివి కాని సింహము ముందు మేకలమంద యెంతయిననేమి చేయగలదు ! నీవీ సంధి కొప్ప కొనకున్న వారు నిన్ను నీ పరివారమును నీ గురజాల రాజ్యమునుగూడ సర్వ నాశనము గావింపక విడువ'రనగ నలగాముడు నాగమ్మవంక చూచి "రాజసభా మర్యాదలుగాని-రాయబారి బాధ్యతలుగాని తెలియని వీనికి బుద్ధి చెప్పి వెడల నంపింపు"మన్నాడు.

మహాకోపంతో నాగమ్మ హుంకరించుచూ "భట్టూ ! ఇక నొక్కమాటేనియు తక్కువ యెక్కువ లాడితివేని నిన్నేనుగు కాళ్ళక్రింద త్రొక్కింపక విడవను. ముందు నీవివటినుండి లేచి వెళ్ళెదవా - నేను మెడబెట్టి నిన్ను బయటకు గెంటిం పనా !" అనగా కిక్కురు మనకుండా భట్టులేచి నిలబడ్డాడు. నరసింగరాజు "ఔను ! మొదట రాయబారము సేయవచ్చిన అలరాజును మేమే చంపితిమని యింతకు ముందు నీవును అని యుంటివిగదా ! సంధి చేయవచ్చు రాయబారులను చంపు

వసతులు చేయబడినాయి. ఏనుగులకు, గుర్రాలకు యితర జీవాలకు గూడ పాక లమరింపబడినాయి. ఆయుధాగారాలు నెలకొల్పబడినాయి. వైద్య కుటీరాలు వేయ బడినాయి. ఎటు చూచినా యెవరికీ కొరతలు కనపడలేదు.

బాలచంద్రుడు ఆడిన బొంగరాలాట

మాచర్ల నిర్మించిన క్రొత్తలలో చెన్నకేశవాలయమున మేళము సేయ వచ్చిన భోగము పడుచును చూచి భ్రమించిన బాలచంద్రుడు కన్నెరికంపెట్టి ఏడేండ్లు గడిచినాయి. వాని వయసిప్పటికి యిరువదైదేండ్లు నిండి యుండవచ్చును. ఐనను వానికింకా పడచుతనపు దుందుడుకు పనులు మానలేదు. మాచర్ల ప్రభువులు యుద్ధానికి వెళుతూ బాలమలిదేవుని వీరమేడపికి రాజును చేసినపుడే తన్ను మంత్రిని చేసిన విషయం పూర్తిగా మరచినట్లున్నాడు బాలుడు. తమ పెద్దలంతా యుద్ధానికి పోయివుంటె వారి పరిస్థితులేమిటో? వారికాయుధాలే కావలయునో? ఆహార పదార్థాలే కావలయునో? అని అనుకొనకుండ మహామంత్రిగారి ముద్దుల కొడుకు మంత్రి పదవికి వచ్చాకగూడ బాధ్యతలను గుర్తించకపోవడం మరువరాని శోచనీయం.

బాలున కాటలరంది పెరిగింది. తోడి బాలకతో గుమ్మడికాయలాటలాడి, చెరకు పందెములు వేసిన తరువాత తల్లిదగ్గరకువచ్చి ఆడుకొన బంగారపు బొంగ రాలు కావాలన్నాడు. ఐతమ్మ మొదట నీవిపుడాటలకు పోవద్దని బుద్ధులు చెప్పింది. కాని అల్లరిపిల్లవాని పోరు పడలేక చివరకు చేయించి యిచ్చింది. బాలుడు ఊరి వెలుపల చాపురావుల యొద్ద రావిచెట్టు క్రింద చెలికాండ్రతో బొంగరాలాడుతున్నాడు. ఆ వినోదం చూడడానికి గ్రామంలోని కొందరమ్మలక్కలు గూడాపోయి గుంపులు గూడారు. ఊరి జనాన్ని చూచిన ఉత్సాహంతో బాలచంద్రుడు చేకొలది బొంగరాన్ని విసిరాడు అది చట్రానికి తగిలి రింగుమని గిరివచ్చి [illegible]బడియున్న కోమటి అన్నమ్మ కాలికితగిలి బొటబొటమని నెత్తురు [illegible]రింది.

అన్నమ్మ నోరు చేసుకొని "ఓరి ! మిడిమేలపు గుంటడా ! నీ ప్రతాపం ఆడదాని కాలిమీద చూపకపోతే యుద్ధంలో పగవానిమీద చూపరాదా ! నీ యయ్యలంతా గురజాల రాజులమీద సమరమాడపోతే సిగ్గులేక నీవిక్కడ బొంగరాలాడుతున్నావురా ! యుద్ధంలో సిన్ను యోధులు చుట్టుముట్టి నీ గుండెలలో యీటెలు గ్రుచ్చి పొడవ" అని యింకా యేమేమో యనబోవుచుండ బాలచంద్రుడు వినయంగా ఆమెను సమీపించి జరిగిన ప్రమాదాన్ని మన్నింపుమని వేడుకున్నాడు. వేలికి తగిలిన గాయం మాన్పుకునేందుల కామెకు కొంత సొమ్మిచ్చాడు.

అప్పటికైన ఆయన వీరమేడపికి క్రొత్తమంత్రియైన మాట జ్ఞాపకం రాక సరాసరి రాజభవనానికిపోయి ఐతమ్మతో "అమ్మా ! మా నాన్నగారెక్కడకు పోయారు ? ఎవరిమీద యుద్ధమాడబోయారు ? ఏ దిక్కుగా పోయారు ? చెప్పవమ్మా !" అన్నాడు.

బాలచంద్రుడు ఉడుకైనవాడు. తండ్రిమాదిరే మంచిదయినా చెడ్డదయినా ముందు వెనుక ఆలోచించి సమయంచూచి సదుపాయంగా పనిసాధించే రకంకాదు. ఆవేశంవలన అపకారమైనా పొందవచ్చును కనుక బాలుడు యుద్ధానికిపోతే తిరిగి రాడనే భయం తండ్రికున్నది. నాయుడుగారు స్వయంగా "మన చెన్నని మాత్రం యుద్ధానికి పంపవల"దని చెప్పియున్నాడు. అదే భయమైతమ్మ మనసులోనే నిలిచిపోయింది. కుమారుని చూపు కదనరంగం మీదికి పోకుండా చేయడానికే వాని ఆటకాయితనాన్ని మందలించడం లేదామె.

తల్లి దాచిన గుట్టునిప్పుడు కొడుకు చెప్పుమని పట్టుబట్టాడు. ఆమె గుండెలు దడదడలాడినై. నోటమాటరాలేదు. దేహమంతటా చెమటలు గ్రమ్మినై. కొంచెం సేపటికి తేరుకొని "బాబూ ! నలగామ భూపతితో సంధి కుదరనందున మలిదేవునకండగా మీ నాన్నగారు యుద్ధము చేయుటకెక్కడకు పోయిరో వివరములు నాకు తెలియ"వని చిన్న అబద్ధమాడి తప్పుకుంది.

పట్టుదలతో నున్న బాలచంద్రుడు "అమ్మా! కారెమపూడి యొద్ద యుద్ధం జరుగుతూంది. నాన్నగారుకూడా అక్కడనే యున్నారు తల మునిగిన యుద్ధ భారంలో తండ్రి సతమతమవుతూంటే యింటవచ్చిన కొడుకు మేడలలో చేడియలలో వేడుకలలో ప్రొద్దులు బుచ్చవచ్చునా! కన్నకుమారునికి కర్తవ్యముపదేశించి వరవాలముదూసి కదనభూమి కంపపగిన నీవంటి వీరమాత యిట్లు వెనుక ముందాడరాదు. నాకు సెలవిచ్చి పంపమ్మా!" అన్నాడు. ఐతమ్మ కుమారుని యుద్ధానికి పోవలదని చెప్పింది, ప్రమాదకరముయుందని భయపెట్టింది. ఆ మాటలు బాలుని తలకెక్కలేదు.

బంధన మన్నను బాలుడు భయపడుటలేదు.

ఐతమ్మ తిరిగి "బాబూ! మాకు మొదట చాలాకాలం వరకు సంతానంలేదు. దానధర్మాలు చేశాం — తీర్థయాత్రలు చేశాం — సంతర్పణలు చేయించాం — బ్రాహ్మణ వటువుల కుపనయనాలు చేయించాం. చివరకు నేను ప్రతిదినం వేకువ జామున లేచి స్నానంచేసి గిలకపాలో నీరుని పోసి దానిమ్మ పండ్లను నిత్యం బ్రాహ్మణులకు దానం చేస్తూన్న వ్రతం సంవత్సరం జరిపిన తరువాత నీవు కలిగావు. అది గాక ఒక్కగానొక్క కుమారుడవు. నిన్ను యుద్ధరంగానికి పంపి నేను బ్రతకలే" నన్నది.

అప్పటికిని కొడుకు తన మాట వినడంలేదు.

అత్తకోడండ్రు చేసిన క్రొత్తాలోచన

ఐతమ్మకాలోచన పాలుపోక శీలమ్మతో "అత్తగారూ! మీ కుమారుడు తన మారుని యుద్ధానికి పంపవలదని చెప్పారు. నా కుమారుడు నా మాట వినకుండా

సమరానికి సన్నాహమవుతున్నాడు. ఉపశమన ఉపాయమేమి"టని అడిగింది. శీలమ్మ యోచించి "కోడలా? బ్రహ్మ వ్రాసిన వ్రాతను మనం తప్పింపలేము. నీవెంత చేతులడ్డముంచినా నీ బిడ్డ నిలిచేలాగ లేదమ్మా! అటులని ప్రయత్నం చేయవలదని చెప్పడంలేదు. నాకిప్పుడు తోచిన యాలోచన చెప్పుచున్నాను. కోడలు మాంచాల కోమలాంగి చక్కదనాల చుక్క. చదువు సంస్కారాలున్నపిల్ల. భార్యమొగం చూచయినా బాలుడు యుద్ధం మానుకొనునేమో. నీవు కుమారునికి "భార్య దీవెనలంది భండనభూమికి పొమ్మని గండువారింటికి పంపించు" మని చెప్పింది.

బాలచంద్రునిలోని బలహీనమేమిటో అమ్మకు జేజమ్మకు గూడా అర్థమైనదే. అందమైన ఆడపిల్ల కంటబడితే అబ్బాయి ముందుపని మరచిపోతాడని అత్తా కోడండ్రు నిర్ణయం చేసుకున్నారు. ఐతమ్మ కుమారునిచూచి "నాయనా! నీ ప్రయత్నం విరమించేదిలేదు. సమర రంగంలో శత్రువులను సంహరించి నీవు సలక్షణంగా తిరిగిరావాలని తల్లిగా నేను దీవిస్తున్నాను. భార్యగా నిన్ను దీవించి పంపవలసి యున్నది మాంచాల. గండువారమ్మాయి నిండుదీవెన లందుకొని యుద్ధానికి పొమ్మని చెప్పింది.

ఆ మాట వినడంతోనే బాలచంద్రుని మోము వెల వెల బారింది. కొంచెం సేపటికి తేరుకొని "అమ్మా! నాకు తల్లిదీవెనలైతే తిరుగులేదుగాని ఆలిదీవెనల కవకాశ మెక్కడిదమ్మా! మా పెండ్లయి యేడేండ్లు దాటినా నేనావిడ మొగం చూడలేదు. ఆవిడ నా మొహం చూచియెరుగదు. ఆలుమగలమయ్యామన్న మాటే కాని అందిందిలేదు, పొందిందిలేదు. అవసరం పడి అత్తవారింటికి పోతే అవమానం జరుగదనే నమ్మకము మాత్రమేమున్న" దన్నాడు. ఐతమ్మ గూడా ఆలోచించింది. కుమారుని తనయింట గూర్చుండబెట్టి అత్తగారిని అంతఃపుర పరిచారికలను వెంటబెట్టుకొని మేనాయెక్కి గండువారింటికి పోయింది.

గండు కన్నమనీని భార్య రేఖాంబ - ఆనాటి యింటాడబిడ్డ — యీనాటి ఊపరాలు వస్తున్నారన్నవార్త వినినంతనే తలవాకిని వెరటబెట్టుకొనివచ్చి యింటిలోనికి తీసుకొనిపోయి కూర్చుండ నియమించి మర్యాదలు చేసింది. ఇన్నినాళ్ళ తరువాయిగా వచ్చిన అత్తగారిని చూడడానికి మాంచాల అందలం దిగివచ్చి అపరంజి బొమ్మలా నిలుచుంది. ఐతమ్మగారి రాక కారణం తెలుసుకొనిన రేఖాంబ "మీ కోడలే మీకు సమాధానమిస్తుంది, మీ రిద్దరూ గండువారింటి యాడపడుచులే - రేచర్ల వారింటి కోడండ్రే కనుక మీరు మాటాడుకొనండి" అంటూ మాంచాల వంక చూచి చిన్న నవ్వునవ్వింది.

మాంచాల తన కడుపులో పొంగుతూన్న విచారాన్ని బలవంతాన తగ్గించుకొంటూ "నీ కొడుకు నామెడలో తాళిగట్టి నా బ్రతుకు యెగతాళి పాలు చేశాడే కాని, తనపాలు చేసుకొనలేదు. ఆయనగారికి సానితోనే సంసారం, వేశ్యతోనే వైభవ మైనప్పుడు" అని యింకా అనబోతుండగా ఐతమ్మ లేచి మాంచాల తలమీద చేయివైచి నిమురుతూ "నీ కన్యాయం జరగలేదని నేనడం లేదమ్మా ! ఇది మన కుటుంబ విషయం. నీ విపుడు పుట్టింటివారి మర్యాద — మెట్టినింటివారి మర్యాదను కూడా కాపాడవలసిన దానవయ్యావు. ఇది విడ్డూరము లాడుటకు-పగ సాధించుటకు సమయం కాదు. సహన సంస్కారాలతో నీ భర్తను నీవీనాడు సరిదిద్దుకుంటే యికమీద నీ బావ నీవాడే కాగలడు. ఉత్తమాదర్శ భారతాంగవు — నీ కర్తవ్యం నీవు విస్మరింప"కూడ దంటూన్న అత్తగారివంక నమాయకత్వంగా చూచుచున్న మాంచాల తలవంచి "సరే మీ కుమారుని మా యింటికి పంపండి. నా ధర్మం నేను కాపాడుకుంటా" నన్నది.

ఆ మాటలతో వెయ్యేనుగుల నెక్కినంత బలం వచ్చిన ఐతమ్మ కోడలును

ఒడ్డాడింది. ఏపరాలికి వినయాంజలి చెప్పి తనవారితో తిరిగి తన మందిరానికి పోయింది. బాలచంద్రుని ప్రయాణం చేసి అత్తవారింటికి పంపింది.

సానితో సరసాలాడిన బాలచంద్రుడు

బాలచంద్రుని యుంపుడుగత్తె మొదటిపేరు సబ్బిమసాని. ఇపుడామె శ్యామాంగినిగా మారింది. అమ్మదగ్గరనుండి అత్తవారింటికని బయలుదేరిన బాలచంద్రుడు ముందుగా సానిమేడకు వచ్చాడు. ఎంతవారలయిన కాంతదాసులే నన్నట్లుగా వాకిట నిలబడగానే చరచర మేడమెట్లు దిగివచ్చి పరిచారిక "మాయమ్మ గారికి తలనొప్పి వచ్చింది" అనగా బాలుడు బిగ్గరగా "అటులనా ! కారెమపూడి యుద్ధానికి వెళ్ళుతూ నిత్యావసరములకు డబ్బిచ్చిపోదామని వచ్చాను. నా దగ్గరకు వచ్చి ధనం పుచ్చుకునే కులాసా లేదుకాబోలు. పోనీలే ప్రాప్తం లేని దానికి ప్రాకులాడడ మెందుకు ? వస్తానని ముందుకు సాగాడు. అంతలోనే ఎదు రయిన శ్యామాంగి "మంత్రి కుమారులను పిలిచి మర్యాదలు చేయడం తెలియదా ! పైకి రమ్మనవేమే !" అని పరిచారికను మందలిస్తూనే సరసునకు స్వాగతం పలికింది.

"నేను రావడం నీకు తలనొప్పిగా నున్నదటగా" అని చిరాకుపడుతూ బాలచంద్రుడు ముందుకు సాగబోయాడు. "ఆగండి" అంటూ చేయిపట్టుకొనిన శ్యామాంగి "మీరు రాలేదనే నాకు తలనొప్పి వచ్చింది. మిమ్ములను చూచాక యింకెక్కడుంటుంది. అయినా-యీమధ్య బొంగరాలాటలోబడి దొత్తిగా బోగం

దాసిల్లు మరచిపోయినట్లున్నారు, వెళ్ళి రండి !' అని ఒక కొంటెచూపు చూచింది. మాటదప్పిన బాలచంద్రుడు ప్రియురాలివెంట మెట్లెక్కిపోయి మేడలోని పట్టు పరుపుమీద పవళించాడు.

వారకాంత వలపులు కురిపించింది. మోహావేశంలో మునిగిపోయిన బాలు డామెకు ఐదువేల వరహాలు సమర్పించి మేడమెట్లు దిగుతూండగనే బ్రాహ్మణులు వచ్చి దీవించారు...యాచకు లర్థించారు. వారిని సత్కరించడానికి చేతిలో చిల్లి గవ్వయు లేని బాలచంద్రుడు తనకై కాచుకొనియున్న చెలికాండ్రను చేరబిలిచి యీ బ్రాహ్మణులకు యాచకులకు నేదేని నీయుడని చెప్పాడు. కాని స్నేహితు లందరూ మా చెంతనేమియు లేదని చేతులు వెల్లవైచారు. అది చూచి అనుపోతుకు కోపం వచ్చింది. “ఏమిపని చేశావు చంద్రా ! మాయలాడి ముఖకారంలో బడి చేతిలో నున్న సొమ్మంతా సానికర్పించావా ! నీవు చేసింది దానమా ? ధర్మమా ! నీకు కలిగింది పుణ్యమా ! పురుషార్థమా ? ఐదువేల వరహాలు బిడ్డల కిచ్చినట్లా ? పేదలకిచ్చినట్లా ? బంగారమువంటి భార్య చెంతకు పొమ్మని కన్నతల్లి కనికరించి పంపగా దారిలో యీ దౌర్భాగ్యపు పనియేమి”టని మందలించాడు.

బదులు చెప్పలేకపోయిన బాలచంద్రుడు మొలనున్న బంగారు మొలత్రాడు తీసి వెలకుదోర్పుడుచేత అమ్మకం చేయించిన ధనం విప్రులకు, యాచకులకు పంచి యిచ్చిన తరువాత గండువారింటికి పోయాడు. అల్లుడు ప్రాతవాడేగాని, ఆగమనం క్రొత్తదయింది. ఇంటి యజమాని యుద్ధానికి పోయి యున్నందున అత్తగారే అన్ని మర్యాదలు చేయించారు.

ఆత్మహింసకే వచ్చిన అందాల సొలుపు

బాలచంద్రుడు రత్నకంబళిమీద కూర్చున్నాడు. తియ్యని పండ్లు. తేనె పానకాల విందారగించాడు. కర్పూరపు తాంబూలం సేవించి సుగంధ పరిమళ వాయువుల్ని పీలుస్తూ మత్తులో ఒత్తిగిల్ల పోతున్నాడు— అభ్యంతర మందిరంలో చెలులంతా మాంచాలను రతీదేవిలా అలంకరించారు.

సౌందర్య దేవతయైన తన భార్యను చూసుకొని బాలచంద్రుడు చకితు డయ్యాడు. సంపెంగనూనెతో తలంటుకొని, పన్నీట స్నానంచేసి, బంగారు జరి తారు సరిగంచు వలువలు ధరించి వచ్చిన మాంచాలను చూచి మన్మథరాణియని వర్ణింపసాగాడు. "ఆహా ! ఏమా అందం ? ఆ చందం ? అలివేణి తలలోని పూల చెండున కెంత వెలుగొచ్చింది ! ఆమె నొసట దిద్దిన తిలక మెంత సుందరముగ నున్నది ? ఆ కొప్పుమీద నున్న రాగిడి—ఆ ముక్కునున్న ముత్యాల నుంగిటు— ఆ చెవులనున్న చరాలు—ఆ కంఠసీమ యందున్న రత్నహారం — ఆ దండచేతి యందున్న బంగారు కడియం, ఆ ముంజేతులందు మోహన శ్రుతులు పలుకు చున్న కంకణాలు — ఆ పాదముల నంటియున్న అందియ లెంత పుణ్యము చేసికొన్నవోగదా !" అని అనుకొంటున్న తన్మయంలో తన్ను తాను మరచి పోయాడు.

మాంచాల ముందు శ్యామాంగి అందగత్తె కానిపించింది. ఇంత సేపు సుందరాంగిని కన్నెత్తి చూడనైనా చూడక యెంత పొరపాటు చేస్తున్నాడు బాలచంద్రుడు. మరికొంతసేపయితే మాంచాల వచ్చి సన్నిహిత పరిపా[illegible] పడిగి గౌరవించాక మరొక శృంగార మందిరంలోని కాహ్వానించింది. హం[illegible]

తూలికాతల్పంమీద కూర్చున్న బాలచంద్రుడు మాంచాల అందించిన తాంబూలం సేవించాడు. ఆయన మనసులో ఏవేవో మధురభావాల తరంగాలుగా వెల్లువికి వస్తున్నాయి. అది గమనించిన మాంచాల తల్లి చెంతకు పోయి "అమ్మా రాక రాక యిన్నాళ్ళకు వచ్చాడు మీ యల్లుడుగారు. నేనీనాటికి వారిని చూచి సేవింపకలిగానేకాని నా జీవితాన్ని ఆనందమయం చేసుకోలేక పోతున్నాను. నాకిపుడు కర్తవ్యమేమి"టని అడిగింది.

రేఖాంబ కుమార్తెను బుజ్జగించుతూ "నిజమే తల్లీ, నీ దురదృష్టాన్ని తలంచుకొని నేను మీ నాన్నగారు పడుతూన్న బాధ నీకు తెలియదనుకుంటాను! ఏదేమైనా నీ విపుడు చేయదగిన త్యాగం కష్టతరమయింది. అమ్మా! ఈ ప్రపంచంలో మానవులకు కావలసినవి ఒకటి భోగ - రెండు త్యాగం శాశ్వతమయింది కూడాను. ఐతే దానిని సాధించడం కష్టమైనది. నీ పెనిమిటి యిపుడు రణరంగంలో ప్రవేశింప బోతున్నాడు. యుద్ధానికి పోయే భర్తనాపడం వీరపత్ని లక్షణంకాదు. పతికి రణభీరుడను పేరు రారానిది. సంగ్రామము సేయబోవు పురుషునకు స్త్రీ పొందు తగదని పెద్దల నిర్ణయంబగుటచే నివాతని కపకారం చేసిన దానవద్యోదపు. అదీగాక సమరమున లభింపనున్నది విజయమో-వీర స్వర్గమో నిర్ణయింపగల వారెవ్వరును లేరు. దైవమనుకూలింపక బాలుడంతరించిన యెడల నీవిక ముంద నుభవింపగల దేదియును లేదు. కావున నీ కర్తవ్యమును గురించి నేనేమీ చెప్పలేక పోతున్నా"నంటూ కంటతడి పెట్టుకుంది.

తల్లి తనతో చెప్పలేక తటపటాయించుచున్న దెందుకో గ్రహించిన మాంచాల "అర్ధంచేసుకున్నానమ్మా! ఇంతకాలం అడవిన గాచిన పండు వెన్నెలలా గడిచిపోయిన నా జీవితం యీ యొక్కరేయి యెంగిలిపడి మాత్రమేమి ప్రయోజనం? ఏడేండ్ల నాటివలెనే నా భర్త యీనాడుకూడా నా యింటికి రాకుండానే యుద్ధానికి పోయారనుకుంటా"నంటూ బాలచంద్రుని యొద్దకు పోయింది.

యుద్ధం మాట పూర్తిగా మరచిపోయి మోహంలో బడిన బాలచంద్రుని మనసును నింతకుముందే గుర్తించిన మాంచాల మంచి మాటలతో పాటలతో ఆటలతో రేయంతా గడిపింది అంతలో తెలవారిందని కోళ్ళు కొక్కొరొకో యని కూసినై. అంతవరకు ఓపికపట్టిన బాలచంద్రుని అనుచరులు సింహవాకిటి ముందుకువచ్చి చప్పుడు చేశారు అంతటను బాలుడు మేడదిగి రానందున వారంతా కత్తులు దూసి గట్టిగా యరిచారు. అది చూచి అంతఃపురాంగనలు భయపడ్డారు. మాంచాలమీది మమకారంతో పోరుమాట పూర్తిగా మరచిపోయిన బాలచంద్రుడు వాకిట నున్నవారు తమ్ములన్న యోచనయు లేక కరవాలం దూసి తమ్ములమీద తారసిల్లాడు.

మాంచాల దీవెనలు పొందిన మంత్రి కుమారుడు

ప్రతాపంచూపి పడగెత్తివచ్చిన బాలచంద్రుని చూచినంతనే సోదరులంతా పకపకా నవ్వి "చంపవలసిన వైరులంతా కారెమపూడి యుద్ధనుంటే-నీ ఏకాంత నందు వారింటిముందు మాంచాల చూస్తూండగా తమ్ములమీద తారసిల్లితివా! భలే యోధుడవయ్యా బాలచంద్రా! అలరాజు చనిపోయినప్పుడు మీ తండ్రి కొమ్మరాజున కిచ్చిన వాగ్దానం మరచిపోయావు - నీవు చేసిన ప్రతిజ్ఞ నిరుపయోగం కావలసిందేనా? ప్రతిన చేసినంతటనే ప్రయోజకుడవు కావు— ప్రతిన చెల్లించినపుడు సమర్థుడవు. మలిదేవ మహారాజు నీకు భేతాళ ఖడ్గము—కాలిపెండెరములు పంపి యున్నాడు. యుద్ధరంగం పిలుస్తూంటే రానలిగితే గడుపదాటి సమరరంగానికి రా! నీవు రాక పోతే మేమే పోయి మావంతు మేము చేసి వస్తా"మన్నారు. ఆ మాటలు విన్న బాలచంద్రుడు లజ్జపడి తిరిగి మాంచాల చెంతకు పోయాడు.

మాంచాల వెనువెంటనే మగనికి పర్యావహారతి ఇచ్చింది. వీర కస్తూరి తిలకం మోమున దిద్దింది “కదనరంగంలో మీ కెదురు లేకపోవుగాక—గరుత్మంతుని బలం—వాయుదేవుని తీవ్రం—సూర్యదేవుని ప్రతాపం—శ్రీకృష్ణుని కీర్తి కలిగి శత్రువులను జయించెదరుగాక” అని దీవించి వీరఖడ్గం చేతికందించి వీడ్కోలు చెప్పింది.

బాలచంద్రుడంతట తల్లియొద్దకు వచ్చి చక్కగా స్నానంచేసి భోజనానంతరమును తల్లిదీవెనలు పొంది తమ్ములతో గూడా వీరమేడపినుండి బయలుదేరి త్రిపురాంతకం చేరినాక ఒక రావిచెట్టు క్రింద కూర్చున్నారు. అనపోతు చెంతలేని సమయంచూచి మిగిలినవారితో “తమ్ములారా! మీకొక రహస్యం చెబుతున్నాను. మనలోని అనపోతు బ్రాహ్మణుడు. ఆయన కూడా మనతోబాటు యుద్ధానికి వస్తున్నాడు. రణరంగంలో చావో బ్రతుకో తెలియదు. బ్రాహ్మణ హత్యాపాతకం మన కాపాదింపరాదని యింటియొద్ద నాకు మీ వదిన చెప్పింది. అందుగురించి మనమిపుడీ అనపోతును వెనుకకు పంపే ఉపాయం చేయాలి.

“నేను నా ముత్యాల కంఠమాల ముద్దుటుంగరం మాంచాల మందిరంలో మరచిపోయాను. నీవు పోయి మీ వదిననడిగి తీసుకొనిర”మ్మని అనపోతు నంటూండగా మీకు చెప్తాను. అప్పుడు మీరంతా యెవరికివారే యేవో సాకులు చెప్పి మేము వెనుకకు పోమని చెప్పండి అంతట నేనాతనికి పురమాయించి తిరిగి వీరమేడపికి పంపిన తరువాత మనమిటు ముందుకు సాగిపోవుద”మని చెప్పాడు. వారంతా సరేనంటే సరేనన్నారు

ఇంతలో అనపోతు వచ్చి వారిని కలుసుకున్నాడు. బాలచంద్రుడు తన కప్పుడప్పుడే గుర్తొచ్చినట్లు నటించి “నేనా గండువారింట నా ముత్యాల కంఠమాల, ముద్దుటుంగరం మరచిపోయి వచ్చాను. యుద్ధానికి బయలుదేరిన నేను వెనుకకు పోవడం మంచిదికాదు. [illegible] తీసుకొని

రం"అని ముందుగా తమ్ముళ్లందరకు పేరు పేరున పిలిచి చెప్పాడు. వారంతా తగిన సాకులుచెప్పి యీ పని సాధించవని తప్పుకున్నారు.

బాలచంద్రుడు అనుపోతుతో "తమ్ముడూ! ఇక ఈ పని నీకు తప్పదయ్యా అదేగాక మాంచాల దగ్గర నీకున్న చనువు మరెవరికిని లేదు. వీరు నిజముగా నా తమ్ములవలెనే వారెవరని గండుకారెమ్మాయి పోల్చుకొనలేక పోవచ్చును కూడా. నీ వందునా నా వెంటనుండి మీ వదినకు పరిచయమైనవాడవు. శుద్ధచాందస బ్రాహ్మణుండ వగుట నీ వబద్ధమాడవనియు నమ్మవచ్చును. కావున నీవు త్వరితంబుగా పోయిరావలయు"నని ముగిమాట పెట్టాడు. అనపోతింక కాదనలేక నేను తిరిగి వచ్చేవరకూ మీరిందే ఉండవలయునని చెప్పి తన గుర్రమునెక్కి వీరమేడపికి తిరిగి వెళ్ళాడు.

మంత్రాక్షత ప్రోక్షణం - ముద్దుటుంగరము

అనుపోతును వెనుక తంపిన బాలచంద్రుడు ఆకుమీద ఘంటంతో "తమ్ముడూ! పోతూ! నీవు బ్రాహ్మణ బాలుండవు. సమరమున సమయుదు వేని మాకు బ్రహ్మహత్యా పాపముంబగు"దను తలంపున మాంచాల నాకు "నిన్ను రణరంగమునకు గొనిపోకు"మని చెప్పింది. ఆ కారణంగా నీకు నేనబద్ధం చెప్పి వెనుకకు పంపాను. నా మాటయందు గౌరవముంటే నీవు త్రిపురాంతకం దాటి ముందుకు రావొద్దని అన్నగా నిన్నాజ్ఞాపించుచున్నాను. నా మాట మీరితివేని శ్రీశైల మల్లికార్జున స్వామి మీదాన - చెన్నకేశవ స్వామిమీదాన - బ్రహ్మనాయుని మీదాన – మనదేవుని మీదాన – నా మీదాన" అని వ్రాసి వారు కూర్చుండిన రావి చెట్టుకొమ్మకు గట్టిన తరువాత అనుజుల వెంటబెట్టుకొని ముందుకిపోయి నలగొండ నెక్కి దిక్కుల కలియజూచాడు.

ఎక్కడ చూచినా యెడతెరిపిలేని సేనలతో కారెమపూడి మైదానమంతా

కదనభూమి కాబోతూంది. సైనికులు నివసించే గుడారాలు – ప్రభువులకు ప్రధానోద్యోగులకు, పరివారాలకు తగిన తాత్కాలిక భవనాలు, వంటచేసే పాకలు – ఆయుధాలను భద్రపరచే శాలలు - ఆహార పదార్థాలు నిల్వలు చేసిన గిడ్డంగులు - వైద్య శిబిరాలే కాకుండా గజశాలలు, అశ్వశాలలతో కదనభూమి కోలాహలంగా వున్నది.

ఆ రణగొణ ధ్వనులు వినడంతో బాలుని కావేశ ముప్పొంగింది. వెలమ దోర్నను పిలిచి "ఈ శిబిరంబులెవరివో వీని హద్దులేవో - చెప్పగలవా !" అన్నాడు. వెలమ దోర్నడంతట "అన్నా ! నలగాముని సేనలు నాలుగు చెరగుల నిండియున్నవి. నేల యీనినట్లున్న ఈ జనంమీద యిసుక చల్లినను క్రిందపడడము లేకున్నది. గురిజాల సేనల కెల్లలు చూచితివా ! తూర్పుదిక్కున జువ్వల కల్లు సన్నెగండ్ల గ్రామముల దాకుచున్నవి. దక్షిణపు దిక్కున నాగులేటికి తూర్పు నలకొండయు వప్పిచర్ల పురముల నాక్రమించినది. పడమర దిక్కున కొదమగుండ్ల చింతపల్లి వాడనంటుచున్నది. ఉత్తరపు దిక్కున ఐస్సిదేవగుళ్ళు పవనాల మేడ వంగతోటబైలు సింగభూపతి చెరువు సంగడిగుళ్ళు ఉత్తరేశునిగుళ్ళు ఉయ్యాల కంబముల దాకి–కలజువ్వి చుట్టి నంగొండ నొరసి నాగులేరు నంటుచున్నవి.

అంతియెకాదు-ఈ సేనల నాయకత్వముల వహించిన వారెవరో చూచితివా ? తూర్పున నాయకురాలు నాగమ్మ కాచియున్నది. దక్షిణమున అందెలరాముడు, నెమలిపురి ముమ్మిడిరెడ్డి పొందగలిగిన భూపాలకుడైన వీరమల్లులు వేచియున్నారు.

ఉత్తరమున నరసింగరాజు పొంచియున్నాడు. పడమర పాజుల బ్రహ్మనంగోజి గణపతులు నిలిచియున్నారు.

ఇక మనవారైన మలిదేవుని శిబిరంబులను తిలకింపుము. అందరును వీరాధివీరులే. మన పరివారమునందలి ప్రతియొక్క వీరుడును శత్రుసైన్యములమీదబడి

లభిస్తుందని చిప్పగిల బలవంతులు ఆలమందల జొచ్చి చితకు పరచు సింహపు పిల్లల్లు నలగాముని సేనల మొసరింప తొందర పడుచున్నా"రని నంతనే బాలుడు "తమ్ముడూ ! నా రాకతై రాజెదురు చూచుచుండెనేమో—త్వరితముగా పోవుదముపద" అంటూ కొండదిగి సైనికుల నడుమ దారి చేసుకుంటూ పోయి మాచర్ల రాజుల శిబిరాల చేరుకున్నాడు.

బలిదేవుని సందర్శించిన బాలచంద్రుడు

అదే సమయమున రాజసభలో రాయబార చర్చలే జరుగుచున్నవి. కారెమపూడిచేరి యుద్ధరంగంలో శిబిరములు వేయించిన సంగ్రామరాజు కొవమగుండ్లపౌరుల కిచ్చినమాట మరచిపోక తన పరివార మందాంతరంగికులను పిలిచి మనమిప్పుడు బ్రహ్మనాయునకు సంధి యేమని చెప్పి పంపుద'మని ప్రశ్నించాడు.

అందుకు సమాధానముగా నాగమ్మ "రాజా ! బ్రహ్మనాయుడు చేసిన ప్రభావం వలన కొమ్మరాజు మొదలైన వారి హృదయాలలో అలరాజును చంపింది నరసింగరాజేనను నమ్మకం నాటుకుపోయింది. వారంతా నరసింగరాజు తల నరికి ప్రతీకారం చెల్లించుకోవాలనే పట్టుదలతోనున్నారు. దానికి మనమంగీకరింపము గనుక సంధి కుదరదని నిర్ణయించి చెప్పింది.

నరసింగరాజంతట "అన్నయ్యా ! నా మరణంతో సమరం నిలిచి పోయే లాగుంటే నేను తప్పకుండ పగవారికి పట్టుబడడానికి సర్వసిద్ధంగానున్నా"నన్నాడు జంకుగొంకులు లేకుండా. ఆశ్చర్య మొందిన నాగమ్మ వెంటనే "నరసింగరాజా ! నాగమ్మ యాజమాన్యంలో నిర్దోషులు శిక్షింపబడరాదు. ఆదర్శనీయమైన నీ నీతి నిజాయితీలు తెలియకనా నీయట్టి మహోత్తమ బుద్ధిశాలిని పగవారికి పట్టి

మయిదేమి ? పిచ్చి మాటలాడుతున్నావని ఖండించింది. నలగామరాజు గూడ "తమ్ముడా ! నీ వన్న మాటలు వింటుంటే నీ వస్థాయికి దిగజారి పోలేదయ్యా ! ఒక వేళ నీకు ప్రాణదండన విధింపవలసివచ్చిన యెడల ఆ సాహసము నేనే చేయుట యందు కొంత న్యాయమున్నది కాని యింకొకరిచేత చేయించుట కన్న నీచ కారణమేమున్నది" యన్నాడు.

తిరిగి నరసింగరాజు "ప్రభూ ! నేనిది మనసారా చేసిన నిర్ణయం. మీరాలో చింపదగినది ఏమీ లేదు. ఇపుడు చూడవలసినది నా న్యాయవర్తనము కాదు. ఈ యుద్ధంలో కొన్ని లక్షలమంది ప్రజలాహుతి కాబోతున్నారు. నేనొక్కడనే చని పోయి యుద్ధమాపుదల చేయించిన యెడల వీరందరూ కొంతకాలము మీ భూమిమీద బ్రతికి యుండగలరు. ఎందరో తల్లులకు పుత్రశోకము లేకుండగను ఎందరో యిల్లాండ్రకు వైధవ్యము రాకుండగను, ఎందరో బిడ్డలను తండ్రిలేనివారు కాకుండ గను చేసినవాడనయ్యెదను. కావున నన్నా విరోధులెన్ని నరకయాతనలు పెట్టి చంపినను సమ్మతించెదను. ఇందులకు నాకై నేను ముందుకు వచ్చాను. తనుక 'మీరు యుద్ధం విరమించుకొనే పక్షంలో నేను నా తమ్ముని త్యాగం చేయగల"నని చెప్పి రాయబారం పంపండి" అన్నాడు.

అగా మిడించి మాటాడలేదు

నాగమ్మ దూరమాలోచించింది. నరసింగరాజు మహాశయానికి జోహారు అర్పించింది. నలగామరాజు వద్ద సంకోచాన్ని గమనించింది. ప్రభూ ! భయమెందుకు మలిదేవాదులకు కావలసినది యుద్ధంగాని నరసింగరాజు కాదు. కాకపోయినా "అల రాజును చంపిన నరసింగరాజంతవాని చూడా"లన్నదొక సాకుమాత్రము. నర సింగరాజు పేర్లను బెట్టుకొని యుద్ధమున కెత్తివచ్చిన యెడల సంధికంగీకరింపరు కావున యెట్ల నంగీకరింపరు. అదియు యోచెదము గాక" అని కొండ అన్నమ రాజుల కోటకేతుడు, మాడుగుల వీరారెడ్డి, చింతపల్లి రెడ్డి యను ప్రజ్ఞావంతులైన వారికి చెప్పదగిన మాటలు చెప్పి మలిదేవుని చెంతకు రాయబారం పంపించింది.

యువక సోదరుల యుద్ధోన్మాదము

రాజదర్శనము కోరిన నలగామ దూతలకు మలిదేవుడు తగిన సత్కారాదులు చేసి కూర్చుండ నియమించిన తరువాత "మీరు వచ్చిన పనేమిటి?" అని అడిగాడు. రాయబారులు వినయంగా "రాజా! ఉభయులకును యుద్ధము క్షేమముకాదు. గడిచిన దానిని తవ్వుకొనుటయు మంచిదికాదు. మీరు కోరిన విధంగా నరసింగ భూపతిని మీరు దండింతురా? ప్రశ్నింతురా! అని ప్రశ్న లేకుండా మీ కప్పగించుటకును, మా పల్లె పీటిన్నాలుగు గూడ గురిజాలవారు సిద్ధముగానున్నారు. మీరు సంధి కుదిరించి దేశమున శాంతిభద్రతలు కాపాడవలయును అని మా విన్నపము.

మీకు తెలియని ధర్మసూక్ష్మములు లేవు. పూర్వము బహు ప్రయాసలబడి కౌరవులను చంపిన పాండవులు పట్టముకట్టుకొని సుఖపడినదేమున్నది? బంధునాశనము గురించి వాపోయిరి కారా! మీలో ఎవరెంత మొండినను అనుగురాజు సంతానమే నను మాటను గుర్తుంచుకొని సంధి యొనర్చుకొనుటయే మంచి"దని వివరించారు.

ఆ మాటలు విన్నవారందరు "సందేశము న్యాయసమ్మతముగానుంది. సంధి కుదరటమే మంచిదనుకొనే సమయంలో బాలచంద్రుడు రానేవచ్చాడు. అతనిని చూచినంతనే సభలోనివారంతా ఇక సంధి కుదరదని నిశ్చయించుకున్నారు. సభలో నెవరును బాలచంద్రుని గౌరవించి ఆసనమీయలేదు. బాలచంద్రుని రోషం పెరిగిపోయింది. ప్రక్కవారలను చూడకయే దన్నుకుంటూ దూసుకుపోయి మలిదేవునకు నమస్కరించి "మహారాజా! మీతో కలిసి యుద్ధభూమికి రాలేకపోయిన బాలుని నన్ను మన్నింపు"డన్నాడు.

కన్నమదాసుడంతట మందహాసముచేసి "బాలచంద్రా! ఇప్పుడనుకున్న మా

యందఱకన్న నీవేమి మహారాజుగారి కాత్మీయుడవన్నట్లుగ మమ్ముల తన్ను కొనుచు పోవుట కెవరికంటె గొప్పవాడవు ! నీకి యధికార మెవరిచ్చారు ? నీకంత గుండెబలమున్నచో నాతోడ పోరాడరమ్మా. నీయంతు చూస్తా”నంటూ పరవళ్ళు త్రొక్కడం చూచి బాలచంద్రుడు తొందరపడక “అవునులే నేను సాటివారికి చెప్పకయే సమరమాడ వచ్చితినా-వచ్చినవాడు నిచట చేతులుగట్టుక కూర్చుంటినా ?-కుదురుగ కూర్చుండి సంధి రాయబారము తిలకించుచుంటినా ! రణశూరుడవు నీవుగాక నేనెట్లయ్యెదనులే” అని యెత్తిపొడుపు మాటలాడాడు.

అగ్గిమీద గుగ్గిలమయ్యాడు కన్నముడు “ఓయీ ! అవివేకి ! పిల్లకాకి ! బొంగరాలాటలాడి బుద్ధి చెప్పించుకొని-వేశ్యకొంపకు పోయి విత్తం పోగొట్టుకొని-అత్తవారింటి మర్యాద నంతంత మాత్రముగ ననుభవించి మలిదేవుని దగ్గర మాట దక్కించుకొనవచ్చిన నీవు నన్నెగతాళిచేయు నంతటివాడవా ? బ్రహ్మనాయులవారి యనుమతిలేక భయపడు చుంటిమిగాని కదనరంగమున కత్తిదూయలేకకాదు” అని పేలాడు-ఆవేశపూరితంగానే.

“బ్రహ్మనాయుని యనుమతిలేక భయపడడానికి నీకు బ్రహ్మనాయునికున్న సంబంధమేమిటి ?” అని సూటిగా అడిగాడు బాలచంద్రుడు.

కన్నమనీడు వెనువెంటనే “పలనాటి శ్రీకృష్ణపరమాత్మ బ్రహ్మనాయుడు. ఆయన రాజకుటుంబానికే రక్షకుడు. ధర్మము మూర్తిభవించిన దైవరూపము. తెప్పలి నాయకుని భార్య పెమ్మసాని, పెమ్మసానియందు నేను బ్రహ్మన్న కరుణతో బుట్టినవాడను. వారి కభిమానపుత్రుడను-భుజములమీద గురుముద్రలు కాల్పించుకొనిన గురుతర భక్తుడను. నాయనగారి పాదసేవకుడ-ఆజ్ఞాపాలకుడను. నేనే బ్రహ్మన్నకు పెద్దకుమారుడన - నీవు నా తరువాతవాడ”వంటూ తనగొప్పతనమంతా చెప్పుకున్నాడు

బాలున కిప్పుడింకొక వీలు దొరికింది. తండ్రికి పెద్దకుమారుడవు నీవైతే, తలదన్ని పుట్టిన తమ్ముడను నేను. అన్న తొడలు ద్రొక్కుటకు తమ్మునకధికార మున్నది. మలిదేవుల వారిని జేపడానికి మార్గమీయకపోయారు మీరు. తొందరపడి త్రోసికుని వచ్చాను నేను. శత్రుసేనలు సముద్ర తరంగాలులాగా పెరుగు తున్నాయి అని మనమీద విరుచుకుని పడకముందే మనం ముందుగ తొందరపడి పగవారి బలగంబుల పల్చబడచేయడ మవసరమని మీ యందరకుగూడ హెచ్చరిక చేస్తున్నాను. ఇందులో తప్పుంటే నన్ననండి'' అన్నాడు కపటములేని కన్నమ దాసు నవ్వుతూ కత్తి నొర యుంచి తమ్ముని కౌగిలించుకొని యెత్తిదించాడు వీరావేశమున తారసిల్లిన అన్నదమ్ములిద్దరూ ఆలింగనము చేసుకున్నారు.

బాలచంద్రుడు దూసిన పోటు మాటలు

మలిదేవ భూపతిని బ్రహ్మనాయుడు మంత్రియే యైనను మంత్రికన్న మించిన మార్గదర్శకుడయ్యాడు. వీరవిద్యాదేవి కుమారుళ్ళు కన్నతండ్రి అనుగు రాజును చిన్నతనంలోనే కోల్పోయినందున వారి మంచిచెడ్డలు చూచినవాడు బ్రహ్మనాయుడు గారంటే వారికి నారాయణమూర్తియన్న నమ్మకం ఈ కన్నమబాలు లిద్దరూ నాయునికి రెండు కన్నులవంటివారు. ఆ ముద్దు సోదరులు పంతాలాడు కొనుచుండ నెవరేమనవలయునో తెలియని పరిస్థితిలో తికమక పడ్డాడు. కాని వాని కా పని లేకుండానే వారిద్దరూ రాజీపడటం మేలయింది. ఒక విధంగా ఆ అన్నదమ్ముల సంవాదం కొంతమందికి వినవేడుకయ్యింది కూడాను.

యుద్ధభూమిలో వెలసి వసుంధర చూస్తూ యీ అన్నదమ్ముల వింత వివాదం చూచుచున్న తన్మయములోనుండి ఇంకా ఈ ప్రపంచములోనికి రాలేకపోయాడు

పౌరుషము తప్పు హరించిరించుమ మనసొప్పకున్న మరలిపోవుటకే బాలచంద్రుడు భయపడుటలేదు. సూర్యనారాయణుడు పశ్చిమమున పొడిచినా - సముద్రములు పొంగి భూతలముపై జల ప్రళయం వచ్చినా - ఈ పర్వతములు లేచును ఫెళిల్‌మని పగిలి భూమి బద్దలైనా—మండేటి మంటలు కారే అగ్ని చల్లారినా బ్రహ్మనాయుని ప్రతిజ్ఞ భంగం కానేరదు. నేను బాలుడనైననేమి? కాలకాలుడనై పగవారి మూకలనెల్ల చెండాడక వెనుక వెళ్లువాడను కాను. నరసింగుని తల ద్రుంచి నాటి శపథం చెల్లింపక చేతులు ముందు పెట్టుకొని కూర్చుండుటకు చేతగాని వాడనుగా" అన్నాడు ధీమాగా.

మామా! కొమ్మరాజా! నీ కొడుకును చంపించిన వారితో నీవు సంధి చేయ చూచుచున్నావా? నీ పౌరుషము చచ్చిపోయినదా? నీ కత్తి మొక్కపోయినదా? లేవకుంటివేమి? కాళికిగించి, కత్తిఝుళిపించి, రణరంగమున పగర కండల చెండాడక సందేహించుచుంటివేమి?—బావా నాయుడా! నాడాడిన పౌరుష వాక్యములను మఱచిపోయితివా? లేక నిద్రపోవుచుంటివా? కాక, సమరరంగమును చూచి పిరికివాడవైతివా? మూడునెలలు గడువు దాటిపోయినా మీలో చలనం కనబడదేమి? మామా! కన్నమనీడ! మగమీటి తెగటయ్యా నీకు? త్రిపురాంతకము నుండి గొని వచ్చిన ఓంబముట కిచటు తలదంటి బోవుచున్నది. శౌర్యధారమున కన్ను మూయవచ్చునా! సుందరరామా! వెన్నుల నాయకులారా! జంకి వినాయకులారా! పెసుమూల ఎరుకులారా! నొంపేట నారకొన్నా? మీరంతా యేమి చేయుచున్నారు? శత్రుసేనల మీద సాహసించి యీ యుద్ధంలో మొట్టమొదటిసారిగా యెదుటి వానిని పొడిచిన తొలిపోటు నాదని చెప్పుకొనగల వారెవరును లేరా!" అని సైనికుల సమ

రోత్సాహమును కలిగించుచుండ బ్రహ్మన్న లేచి కుమారుని సమాధాన పరచి కూర్చుండ నియమించాడు.

అనపోతు పంపించిన ఆసవాలు

కొమ్మరాజు బాలచంద్రుని సమీపించి భుజముమీద చేయివైచి “చిరంజీవీ! నీవనుకొనునట్లే కాగలదు. కాని, తొందరపడక నామాట లాలకింపుము. కుమారుని కోలుపోయిన నాకు కుదురుబాటు కూడానా ? నిజం చెప్పవలయునంటే అలరాజు మరణవార్త విన్ననాడే నేను నిన్నలరాజు స్థానంలో చూచుకొని ఊరటచెందాను చూడు నాయనా! యుద్ధానికి వచ్చిన శత్రువులు భయపడ్డారు రాజపౌరుషం కోల్పోయినారు. పరువు మర్యాదల నొదులుకున్నారు. తప్పునిగూడ మన కప్పగించుతా మన్నారు. క్షత్రియుల కంతకన్న నవమానకరమైన దేమున్నది ?

పరమశత్రువైనను పాదాక్రాంతుడైనపుడు ప్రాణములు దీయుట పాపకరము. సంధిపడి నంతమాత్రమున శౌర్యహీనులము కాజాలము. అలరాజును చంపించినది ఒక నరసింగరాజు-అతనికి తోడైన నాగమ్మ లిద్దరే కద! ఇరువురి మీద పగసాధించుట కిన్నిలక్షలమంది ప్రాణములను మనము తీయుట న్యాయమా! అందుకని మహారాజావారు-మీ నాన్నగారు సంధికామోదించుట మంచిదనుచుండిరే కాని సమరమాడలేక కా”దనినంత బాలచంద్రుడును బదులాడలేకపోయాడు. సంధి కుదిరి నట్లైనను నిర్ణయమునకు వచ్చిన వీరులంతా యిక యెటువారటు వెనుకకు తిరిగిపోవుదమనుకొనుటచే భోజనములు సేయుటకు కూర్చున్నారు.

వారందరును అన్నములు కలిపి తొలిముద్దలు నోటబెట్టబోవు సమయాన
మేడపినుండి వచ్చిన మాడచి యొక చిన్నపెట్టి బాలుని చేతి కందించింది. బాలు
డాతురతతో దానిని తెరచిచూచాడు అందులో నెత్తుట తడిసిన జందెమున్నది
అది తన ప్రియమిత్రుడైన అనుపోతు జందెం. దానిని చూచినంతనే బాలచంద్ర
సిలో సేయుమాని బాలునివంక చూచారు.

త్రిపురాంతకం నుండి వెనుకకు పంపబడిన అనపోతు సరాసరి వీరమేడపి
పోయి మాంచాలను సమీపించినంత నా గండువారమ్మాయి వానిని కూర్చుం
నియమించి తగు మర్యాదలు చేయించింది. అనపోతంతట "వదినగారూ! కూర్చుం
నాకు తీరికలేదు. బాలవీరులు త్రిపురాంతకం దగ్గరున్నారు ముత్యాలహారం ముద్ద
టుంగిరం మా అన్నగారిచట మరచిపోయినారట వానిని మిమ్మడిగి తీసికొ
రమ్మని బాలుడు నన్ను నియమించియున్నాడు. త్వరితముగ యిచ్చిపంపు" మని
మాంచాల ప్రశాంతముగ మరిది! మీ యన్నగారిచట మరచిపోయినదేమియున
లేదు. మీ యన్న నీకీ మాయమాటలు చెప్పిన మర్మమేదియో తెలిసికొనవయ్యా
అన్నది.

అయోమయ స్థితిలో పడిపోయాడు అనపోతు. మంచి ముత్యాల హారమియ
డానికి మాంచాల తన్ను నమ్మలేదేమో ననుకొనినందున తిరిగి "వదినమ్మగారు
నేను బ్రాహ్మణుండను, అబద్ధమాడను. అంతవరకు పోయిన చంద్రుడు వెనుకక

తిరిగి రాకూడదని నన్నింపక నిర్ణయించినారు. వారంతా నా రాకకై వేచియుందురు. కావున నేనింకాలస్యము చేయరాదు. ఇప్పుడు నేనబద్ధమాడి ముత్యాలమాల ఉద్దుటుంగరంబుల నపహరించాననే అనుకో. అప్పుడు బ్రాహ్మణున కిచ్చాననియైన తృప్తిపడవచ్చును. కావున సందేహింపక వానిని నాకిచ్చి పంపింపుమని యడిగాడు.

ఆ మాటలకు చిరునవ్వు నవ్విన మాంచాల "అయ్యా నీవు బ్రాహ్మణుండవు కనుకనే నిన్ను మీవాళ్ళు యుద్ధమునకు గొనిపోక వెనుకకు పంపినారు యుద్ధములో గెలుచువారెవరో, చచ్చువారెవరో మనం చెప్పలేము. ఒకవేళ నీవు మరణించెదవేని బ్రాహ్మణహత్యా దోషము పొందెదమను భయమున నీవు నూరేండ్లపాటు జీవించి యుండవలయునను తలంపున నీకీ మాయమాటలు చెప్పినారే కాని వారి వస్తువులిందేమియును మరచిపోలేదు. నేను నీకు నిజము విప్పి చెప్పితిని. ఇంక యీ వీరమేడపిలో సుఖంగా జీవించుచుండు" అని చెప్పింది.

అంతట అనపోతు మనసు వికలమైపోయింది.

సరాసరి త్రిపురాంతకం పోయి బాలచంద్రుని కలసికోవాలనుకున్నాడు. కాని, అంతలో వాని మనసున ఇంకొక ఆలోచన కలిగింది, "నేనందాకా పోయి మాంచాల మందిరాన నీవు చెప్పిన వస్తువులు లేవని చెప్పగానే బాలచంద్రుడు జాడ రచి ఔను సుమా పొరపాటు జరిగింది. నేను వానిని మరచింది మాంచాల మందిరంలో కాదు—శ్యామాంగి సౌధంలో మరచిపోయాను. మళ్ళీపోయి రమ్మంటాడేమో" నే అనుమానం వచ్చింది. అందుకని అనపోతు తిరిగి శ్యామాంగి దగ్గరకుపోయి "మాయన్న బాలచంద్రుడు మీ యింట ముత్యాలమాల ఉద్దుటుంగరం మరచిపోయినాడట. వానినడిగి యిప్పించుమ"న్నాడని యడిగాడు.

శ్యామాంగి పకపకా నవ్వి "మంత్రిగారబ్బాయి మా యింట్లో మరచి పోయిం దేమీలేదు, మీరు వెంటనే బయలుదేరుమంద మా కిటికీలో పడియున్న" దంటూ తలుపులు బిగించుకొని వెళ్ళిపోయింది.

అనుపోతు కిది తీరని యవమానంగా తోచింది. వెంటనే తిరిగి త్రిప్పు రాతకం పోయి చూచాడు. అక్కడ బాలచంద్రుడు గాని—వాని అనుచరులు గాని కనబడలేదు. వాని గుండె గుభేలుమన్నది. మంచాల చెప్పిన మాటలు నిజములా అనిపించింది. అటు యిటు చూచాడు. రావిచెట్టు కొమ్మను గట్టివున్న ఉత్తరం చూచి చదివాడు. ఆయనకు తల తిరిగిపోయింది. ఎన్ని అన్యాయములు చేశ అవే మాటలు. "అన్నయ్యా!" అని ఒక్కసారి బిగ్గరగా కేకవేసి కూలః

ఖైనవగోప్పు యుద్ధాల తీర్థము పాలు

బాలచంద్రా! నీ వింతపని చేస్తావనుకోలేదయ్యా? తోబుట్టిన తమ్మునిలాగ నిన్నెడబాయక తిరిగినానె గురిజాల వీరుల గుండెలు చీల్చివెండాడి వీరవిరుదంబు పొందవేడుకపడివచ్చినానె. బాలచంద్రుని ప్రక్కన ఖండన భూమిలో వీరవిహారం చేయాలనుకొంటినె? నాకా యవకాశం లేకుండ చేశావెందుకు? నా శౌర్యం నీవెరుగవా? నా స్వామిభక్తి నీకు తెలియదా! నమ్మించినట్లు మోసం చేయడం నీకు న్యాయమా?

నీ పురాణానుభవ మేమయింది ? నీ సోదరాభిమాన మేమయింది ? నన్ను యుద్ధానికి రావలదని సందేశము మాత్రమే కాకుండా నాకానలు బెట్టి బంధించితివి. కది యేమి న్యాయము ? నీవు పెట్టిన యానలు మీరి నేనిపుడు యుద్ధమునకు రావలయునా ! మానవలయునా ! ఒక విధంబున చావునకు భయపడి నేటి యుద్ధమునకు రాకనుందునే యనుకొనుము. ముందొకనాటికైన మరణము తప్పునదియా ? నీవనినట్లు రణరంగమున జయాపజయములు దైవాదీనములు. నీకే మరణము సంభవించిన యెడల జీవించి మాత్రమేమి ప్రయోజనము ? అమ్మయ్యో అంత మాటయే ? చెన్న కేశవుని దయవలన నీవు మరణింపరాదు. నిజముగా నీవు మరణింపరాదు. నిజముగా నీవు యుద్ధమున విజయము పొంది తిరిగి వచ్చిన పిదప నేనేపాటి వీరుండనని సిగ్గులేక నీ మొగము చూచి మాటాడగలనా ? ఎటు చూచినను నేనిపుడు చనిపోవుటయే మంచిదనిపించుచున్నది.

“చచ్చి స్వర్గమున నున్న మన బావ అలరాజు దగ్గరకు మీకన్న నేనే ముందు పోవుచున్నా” నంటూ పిడిబాకు డొక్కలో పొడుచుకున్నాడు. రక్తం ద్రవించింది. కన్నులు తేలిపోవుచున్న సమయంబున ప్రక్కన నిలువంబడి ఉన్న మాడచి పలుకరించి “ఎవరు ! అనపోతువా ! అయ్యో ! బ్రాహ్మణ కుమారా ! నిన్నీ రూపంలో చూస్తానని నేననుకోలేదు. ఎవరీ ఘోర కృత్యం చేశా”రని అడిగింది. అనుబోతు మాడచితో “మాడచీ సమయానికి వచ్చావు తల్లీ ! మేడపినుండి కారెమపూడి పోవుచున్నట్లున్నావు. నన్నెవరేమీ చేయలేదు నేనే స్వయంగా కత్తితో పొడుచుకున్నాను. ఆ కారణం బాలచంద్రునికి తెలియును. ఇదిగో నీవీ యానవాలును గొనిపోయి బాలుని కందించి పుణ్యము గట్టుకొ”మ్మంటూ మెడలోని

జందెం తీసి తన నెత్తుట తడిపి దీనిని పిండిన రక్తంతో బాలుని నొసట వీరతిలకం బెట్టుమని చెప్పుతూ ప్రాణాలు విడిచాడు.

మాడచి వెంటనే వీరమేడిపినుంచి ఆనపోతు తల్లిదండ్రులను రావించి కుమారుని మృత కళేబరమును దహన క్రియలకు నియమించిన తరువాత నాత డిచ్చిన జందెము నొకచిన్న పెట్టి యందుంచుకొని పోయి కారెమపూడి యందున్న బాలుని చేతి కందించింది. జరిగినదంతా తెలుసుకొనిన బాలచంద్రుడిక ముద్ద నోట బెట్టలేక పోయాడు. వెనువెంటనే లేచి తన ముందున్న యన్నమును గంగాధర మడుగున గలుపుట చూచిన తోటివారంతా బాలచంద్రు ననుసరించారు. బాలచంద్రుడంతట ఎలుగెత్తి "సంధి జరుగదు, సమరమాగ"దని కేకలు పెట్టాడు. రణయోధులంతా కత్తులు దూశారు. రణభేరి మ్రోగింది.

సంధి కుదరని సంగ్రామము

బాలచంద్రుని యుత్తేజమంతకంతకు ఇనుమడించుచున్నది. మీరింకను సమరమునకు సందేహించు చున్నారేమి? నేనుండగ మీకేమి భయము? నేనన నెవరు ననుకొను చుంటిరి? అనినాడు. అయోధ్యాపురాధీశ్వరుడైన హరిచంద్ర ధరణీశు నందనుండగు లోహితాశ్యుడను, నేను రాక్షస రాజేంద్రుడైన హిరణ్యకశిపునకు ప్రియకుమారుడనగు ప్రహ్లాదుడను. నేను. శివకంచిపురమునందు కీర్తి

నొందిన విరుతొండనంబి నాక్కజుడనగు అంగదండును సిరియాళుడను నేను — కిష్కింధ పాలించిన వానరేశ్వరుండైన వాలి తనయుండనగు అంగదుండను నేను కౌరవుల దునుమాడి కురుసామ్రాజ్యమునేలిన యుధిష్ఠిర సోదరుడైన అర్జున సుతుడనగు అభిమన్యుడను నేను, జన్మజన్మల యందు నేను బాలుడనై ఘనకార్యముల సాధించి ఉన్నాడను. ఇపుడీ పల్నాటి కృష్ణావతారమని ప్రఖ్యాతిగన్న బ్రహ్మనాయక మహామాత్యుల వారికి ఐతమ్మయందు జన్మించిన వరపుత్రుడనగు బాలచంద్రుడను నేను ముందుండ మీరు వెనుకముందాడనేల" అని ధీరోచితంగా తోటి వారలను ప్రోత్సహించాడు.

ఆ మాటలాలకించిన వారిలో కొందరు "భళభళీ ! బాలచంద్రా ! నీవంతటి వాడవేనయ్యా !" అని మెచ్చుకున్నారు. మరికొందరు యోచనా పరులు లోలోన నవ్వుకొని "రాజా బాలచంద్రా ! ఈ జన్మలో మొన్నమొన్న నీవు వీరమేడపికి మంత్రివైన బాధ్యతనే మరచిపోయావు. నీ తండ్రి యుద్ధానికి వచ్చిన మాటే నీకు జ్ఞప్తియందు లేకపోయింది "అమ్మా ! మా నాన్నగారెక్కడికి పోయారని అడిగినా వటనె అంత మందమతికి గతించి పోయిన యుగాలనాటి యవహారము చెప్పగల పూర్వజన్మ జ్ఞానమున్నదా ! ఇంత జన్మ సంస్కారం కలవాడవు మాంచాలపట్ల నంత నసభ్యతల ప్రవర్తించెదవా !" అని అనుకుని కూడా "అయినా, యీ దుడుకు తనము గలవానితో మన కెందుకులె"మ్మని సరిపెట్టుకున్నారు.

బ్రహ్మనాయుడు కుమారుని దరిజేర్చుకొని "పెన్నా ! నిన్నా మేడపి యందుంచిరాగ మూపెటునంటి వచ్చావు — సంధి ప్రయత్నం సాగనీయక పోయావు — సమరమున కందరను సన్నాహ మొనరించుచున్నావు, ఇంతవరకు వచ్చితివి కావున నింక వెనుకాడనవసరములేదు. చేసిన ప్రతిజ్ఞలు చెదరనీయకుము.

గజఘీంకారములకు, హయహేషణములకు, కాల్బలముల కోలాహలములకు కలవరపాటు చెందితివేని కదనమునందు నిలువజాలవు. పూర్వము మహాభారత సంగ్రామంబున అర్జునునంతటి అతిరథికుడే కౌరవసేనల చూచి కంపించిపోయాడు. బ్రహ్మనాయుని పుత్రుడవు- బాలచంద్రుడవైనందులకు కన్నతండ్రి కీర్తికి కళంకము రానీయక సమరం బొనరింపు"మని సందేశమందించాడు.

నాన్నగారూ! నన్ను గురించి మీరేల శంకించెదరు? బాలుడనని భయపడుచుంటిరా? కొదమ సింగపుపిల్ల మదపుటేనుగుల పైకెగసి కుంభస్థలంబుల గోడ చీల్చుట లేదా? బ్రహ్మనాయుని పుత్రునకు ఖండనభూమి భయము కల్గించేనా! పగవారి సేనలచూచి పారిపోవుదునా! త్వరితంబుగ మీరు నన్ను తండ్రీ దీవెనల నిచ్చిపంపు"డనుచు తలవంచినదే తడవుగ శీలమ్మ కొడుకు చిరునవ్వు నవ్వి శంఖ తీర్థము నిచ్చి "కదనరంగమున నీకు ఘన విజయంబగునుగాక" అని ఆశీర్వదించాడు.

రణభూమి కరుదెంచిన నరసింగరాజు

నలగామ భూపతి యాజ్ఞను పొంది, నాగమ్మ సూచనల ననుసరించి, సమర సన్నాహంబున బయలుదేరిన నరసింగరాజు గజారూఢుడై – గణగణ ధ్వనులు మిన్నుముట్టుచుండ కదనభూమికి కదలివచ్చాడు. మహాబలాఢ్యులైన చౌక్కజువ్వల వారు, నూరెలవారు, పదివేలమంది మారణాయుధముల ధరించి గజబలానికి ముందు నడచుచుండ-వీలుబట్టి యుద్ధమొనరించి నాలుగువేలమంది వీరులు తన్ననుస

రించుచుండ- ఐదు అశ్వికదళం వెన్నంటి వచ్చుచుండ- వివిధాయుధంబుల ధరించిన మంది మార్బలం తండోపతండాలుగా తరలి వచ్చుచుండ-విజయపతాకలు నెగురుచుండ కొనగోట కోరమీసము దువ్వన నరసింగభూపతి గర్జన పరవీరుల గుండెల నొకింత కలవరపరచింది.

ఆ దృశ్యము చూచిన బాలచంద్రునకు ఒడలుపొంగి అనుచరులతో గూడ పగతుల సేనలమీదికి లంఘించి దుమికాడు. చేతగల మారణాయుధములతో గురిజాల సేనల చిందరవందరలు సేయుచు విజృంభించాడు. ఆ వీరవిహారమున కొందరకు ముక్కులు తెగినవి కొందరకు భుజములూడినవి. కొందరకు చేతులు పోయినవి. కొందరకు డొక్కలు చీలి ప్రేగులు బయటపడినై. కొందరు కాళ్ళు తెగి పడిపోవుట చూచి మరింత సమరోత్సాహంతో గజబలం మీదికురికిన బాలచంద్రుడు కారడవిని కాల్చివేయు మహాగ్నిజ్వాలవలె యెక్కడికక్కడనే తారసిల్లుచు ఏనుగుల కొన్నింటి మస్తకంబుల చీల్చియు, కొన్నింటి దంతంబు లూడదన్నియు, కొన్నింటి తొండంబుల నరికియు, కొన్నింటి చెవులగోసియు, కొన్నింటి మేనికండల చెండాడియు భీభత్సము చేయుచుండ సేన్గులు సైతము గీపెట్టి దిక్కుదిక్కులను పారజొచ్చినై చేజిక్కిన మావటీల గొంతులు గోయుచు ముందుకుసాగిన బ్రహ్మన్నపుత్రుడు అశ్వదళము నెదిరించి కొన్ని గుర్రముల గొంతులు నరకుచున్నందున నలగాముని పరివారమునందలివారు “వీడు బాలుడుకాడు-మా పాలిటి కాల యము”డని వానివంక కన్నెత్తియేనియు చూడలేకపోయారు.

సంకుల సంగ్రామరంగం కొంతసేపటికి కాలుచేతులు తెగినవారు - కన్ను ముక్కులు పోయినవారు, డొక్కలు చీలి కండలు రాలిపడినవారు, నేల కొరిగియు

www.ingramcontent.com/pod-product-compliance
Lightning Source LLC
LaVergne TN
LVHW020125220825
819277LV00036B/579
* 9 7 8 1 0 2 2 2 3 4 5 6 7 *